தேடல்

பொன்னீலன்

நியூ செஞ்சுரி புக் ஹவுஸ் (பி) லிட்.,
41-பி, சிட்கோ இண்டஸ்டிரியல் எஸ்டேட்,
அம்பத்தூர், சென்னை- 600 050.
☎: 044 - 26251968, 26258410, 48601884

Language : Tamil
THEDAL
Author: **Ponneelan**
First Edition: March, 1985
Fourteenth Edition : May, 2019
Fifteenth Edition : September, 2020
Copyright: Author
No. of pages: iv + 94 = 98
Publisher :
New Century Book House Pvt. Ltd.,
41-B, SIDCO Industrial Estate,
Ambattur, Chennai - 600 050.
Tamilnadu State, India.
Email : info@ncbh.in
Online:www.ncbhpublisher.in

ISBN: 978 - 81 - 2340 - 940 - 5
Code No. A 1366
₹ **50.00**

Branches
Ambattur (H.O.) 044 - 26359906 Spenzer Plaza (Chennai) 044-28490027
Trichy 0431-2700885 Pudukkottai 04322- 227773 Tanjore 04362-231371
Tirunelveli 0462-4210990, 2323990 Madurai 0452 2344106, 4374106
Dindigul 0451-2432172 Coimbatore 0422-2380554 Erode 0424-2256667
Salem 0427-2450817 Hosur 04344-245726 Krishnagiri 0434-3234387
Ooty 0423 2441743 Vellore 0416-2234495 Villupuram 04146-227800
Pondicherry 0413-2280101 Nagercoil 04652-234990

தேடல்
ஆசிரியர் : பொன்னீலன்
முதல் பதிப்பு: மார்ச், 1985
பதினான்காம் பதிப்பு : மே, 2019
பதினைந்தாம் பதிப்பு : செப்டம்பர், 2020

அச்சிட்டோர்: **பாவை பிரிண்டர்ஸ் (பி) லிட்.,**
16 (142), ஜானி ஜான் கான் சாலை, இராயப்பேட்டை, சென்னை - 14
☎ : 044-28482441

All rights reserved. No part of this book may be reprinted or reproduced or utilised in any form or by any electronic, mechanical or other means, now known or hereafter invented, including photocopying and recording, or in any information storage or retrieval system, without permission in writing from the publishers.

பதிப்புரை

மனித நேயப் பாத்திரப் படைப்புகளைக் கொண்டு புனைகதை படைக்கும் சிறந்த நாவலாசிரியர்களில் ஒருவராக **பொன்னீலன்** மதிக்கப்படுகிறார். அவர் படைத்த 'புதிய தரிசனங்கள்' புதினத்துக்காகச் சாகித்ய அகடமி விருது பெற்றுள்ளார்.

மீனவர்களின் வாழ்க்கைப் பிரச்சினையை மையமாகவும், அவர்களது கடலோர வாழ்வை நிலைக்களமாகவும் அமைத்துத் **தேடல்** என்னும் இந்த நாவல் புனையப்பட்டுள்ளது.

தாசன், மிக்கேல், சில்வருசு, ஜோசப் ஆகிய வித்தியாசமான பாத்திரப் படைப்புகள் கதையை ஆவலுடன் படிக்கத் தூண்டுகின்றன.

நிஜவாழ்க்கையை உய்த்துணர்ந்து வாசிப்பதற்கு ஏற்ற நாவலை வாசகர்களுக்கு இரண்டாம் பதிப்பாக அறிமுகப்படுத்துவதில் பெருமிதம் கொள்கிறோம்.

- பதிப்பகத்தார்

1

ஐப்பசி மாச மழைக்காலம். பகல் பதினொரு மணி. பளீரென்ற நீல நிறத்தில் வானம். சுள்ளென்று விழும் மழை வெயில். மேற்கே கருவுற்றுக் கனத்த சாம்பல் மேகங்கள் கடலிலிருந்து தரையை நோக்கிச் சுருள் சுருளாக வியாபிக்கின்றன. அவற்றின் நிழல் படர்ந்து, கடல் கெட்டி நீலமாக இருள்கின்றது. நுரைக் கொண்டைகளைச் 'சிலுப்பிக்கொண்டு சிற்றலைகள் ஊர்ந்து திரியும் கடற்பரப்பெங்கும் மீனவர்களின் கட்டு மரங்கள். முக்கோணப் பாய்களின் கீழே துடுப்புப் போடும் மீனவர்களின் கறுப்பு வடிவங்கள். அவர்களுக்கு வழி காட்டுவது போல் ஊரும் அலைவரிசைகள் வெள்ளையும் கறுப்பும் கலந்த குறுமணற் கரையில் விஸ்வரூபமெடுத்துப் பேரிரைச்சலோடு குட்டிக்கரணம் போடும் ஆசையில் நெளிகின்றன. கரையில் பேரலைகளின் ஆர்ப்பாட்டத்தால் நீலக்கடலோடு சிறிதும் ஒட்டாத பால் வெள்ளையாகத் திரை மடக்கு திரைந்து கலங்கிக் கொண்டிருந்தது.

மிக்கேலின் கட்டுமரம் கரையை நெருங்கிக் கொண்டிருந்தது. அதன் பாய்மரம் மடக்கப்பட்டு விட்டது. திரைமடக்குக்குக் கொஞ்ச தூரத்திலேயே அது நிதானித்தது. அலை முதுகுகள் உராய்ந்து அது உயர்ந்துயர்ந்து தாழ்ந்தது.

சளக் சளக் கென்று கட்டுமரத்தில் மோதும் சிற்றலைகளின் நீர்த் திவலைகளில் நனைந்தபடி, கட்டுமரத்தின் நடுவே மண்டியிட்டிருந்தான் தாசன். நீலச் சுறாவை வெறும் துளவையால் குத்திக் கொன்றுவிடும் வலிமையுள்ள அவனுடைய திரட்சியான இரும்பு உடம்பு வெயிலில் பளபளத்தது. துளவைக் கட்டையை அவன் நடுப்பாகத்தில் இரண்டு கையாலும் கெட்டியாகப் பிடித்திருந்தான். அலையின் போக்கைப் பொருட்படுத்தாதவாறு வலப்பக்கமாகவும் இடப்பக்கமாகவும் வேகவேகமாகச் சாய்ந்து, துளவையை மாறிமாறிக் கடல் நீரில் குத்தித் துளாவினான். அவன் முன்னால் மிக்கேல்-அவர்தான் கட்டுமரத்தின் சொந்தக்காரர்-முழங்காலிட்டு கட்டுமரத்தின் விளிம்புகளைப் பிடித்தபடி தன் பூனைக் கண்களால் அலைகளின் போக்கையும், கடற் கரையையும், கவனித்து, அதற்குத் தக்கவாறு தாசனை எச்சரித்துக் கொண்டிருந்தார். தாசனின் பின்னால் தன்

நீண்ட கால்களை நீட்டி உட்கார்ந்து, தன் நெடிய கைகளால் துளாவிக் கொண்டிருந்தார் சில்வருசு. தாசனை அவர் உற்சாகப்படுத்திக் கொண்டிருந்தார். "தொடுலே... தொடுலே... நம்ம மரந்தான் மொத மொத கரையேறணும்" என்று வாய் ஓயாமல் கத்திக் கொண்டிருந்தார். மேடும் பள்ளமுமாகத் தத்தளித்த நீர்ப் பரப்பில் கட்டுமரம் சினைமீன் போல் தடுமாறியது.

கரையிலோ, அலையின் இரைச்சலை மீறி ஜனங்களின் ஆரவாரம்! தாசன் நிமிர்ந்து பார்த்தான். கட்டுமரம் ஒன்று கரையில் ஒதுங்கிக்கொண்டிருந்தது. சைமனின் கட்டுமரம் தான் அது. தாசனுக்கு ஒரே எரிச்சல். தன் முன்னே முழங்காலிட்டிருந்த மிக்கேலின் முதுகில் அவன் துளவையால் இடித்தான். என்னவே நிதானம்? அவன் நமக்கு முன்ன போயிட்டான் பார்த்தீரா! என்றான். துளவையை மரத்தினுள் போட்டு விட்டு, இரண்டு கைகளாலும் மரத்தின் விளிம்புகளைப் பிடித்துக்கொண்டு அவன் எழுந்தான். பாதி குனிந்த நிலையில் கடற்கரையைக் கூர்ந்து பார்த்தான். வெயிலில் பளபளக்கும் மணல்-மணலில் கூடி நின்று ஆரவாரிக்கும் சனத்திரள். இந்த சனத் திரளிலிருந்து விலகி ஒதுங்கி ... அதோ அந்தக் கட்டுமரத்தின் பக்கத்தில் ... அது சில்வி தானே! அவள் பக்கத்தில் சிவப்பு லுங்கியும் நீலச்சட்டையுமாக நிற்கும் இளைஞன்...? ரூபனேதான்! தேளிமீன் கொட்டியது போலிருந்தது தாசனுக்கு. பல்லைக் கடித்தான்.

"ஏல, அங்க என்னலே பாக்குர?". சில்வருசு தன் துளவையால் தாசனின் தோள்பட்டையில் இடித்தான்.

"ஒம்ம மக சில்வி-அதா பாரும்!" என்று சொல்ல தாசன் ஆசைப்பட்டான். மரத்தினுள் மண்டியிட்டு, இடப் பக்கம் சாய்ந்து, நீரில் துப்பினான். அடுத்த அலையின் பிரவேசத்துக்காக அவன் முன்னே கடல் குழிந்தது. வசதியான நேரம்-சிரமமின்றி அலையைக் கடந்துவிடலாம். அவன் துளவைக் கோலைக் கையில் எடுத்தான். பேரலை ஒன்று மரத்தைத் தூக்கியது. தாசனின் கைகள் இடமும் வலமுமாக வேகமாக அசைந்தன. "தொடுவும் வே!" என்று சில்வருசுவைத் துரிதப்படுத்தினான்.

"தொடுலோய் ... தொடுலோய் ... தொடுலோய்!"

கரையில், முட்ட ளவு நீரில் கைகளை உயர்த்திக் கூவிக் குதித்துக்கொண்டிருந்தான், மிக்கேலின் இளைய மகன் வின்சென்ட். கடற் பறவையின் கூச்சல் போல் அவனுடைய கூர்மையான குரல் திரை இரைச்சலினிடையே கேட்டது. மிக்கேல் தன் சிப்பிப் பல்லைக் காட்டிச் சிரித்தான்.

"எலே தாசா பாத்தியா! மறு வருசம் இந்தப் பய கடலுக்கு வந்திருவான்!"

"தொடுலோய் ... தொடுலோய் ... தொடுலோய்!"

வின்சென்டின் கூச்சல் முன்னைவிடவும் தெளிவாகக் கேட்டது. திமிங்கலம் போல ஒரு பேரலை பின்னாலிருந்து மரத்தை மோதிற்று. பின் கரணம் அடிக்கப் போவது போல கட்டுமரத்தின் முன் பகுதி ஆகாயத்தை நோக்கி உயர்ந்தது. மிக்கேல் படக்கென்று உட்கார்ந்து கொண்டான்.

"தொடுலோய் ... தொடுலோய் ... தொடுலோய்!"

சில்வருசுவும் தாசனும் தங்கள் வலிமை முழுவதையும் கைகளில் திரட்டி வேகமாகத் துளாவினார்கள். மரத்தின் மீது அலை மூர்க்கத்தனமாகக் கவிழ்ந்தது. மிக்கேல் நீரினுள் குதித்தார். தொடர்ந்து தாசனும் சில்வருசும் துளவைகளைத் தூர வீசிவிட்டுத் திரையினுள் குதித்தார்கள். மரம் மூன்று குட்டிக்கரணம் போட்டுக் கரைக்கு வந்தது. தாசன் நீருக்குள்ளிருந்து புடைத்துக் கட்டுமரத்தைப் பிடிக்க வேகமாக நீந்தினான்.

2

ஈரமான கடற்கரை மணலில் கட்டுமரம் கிடந்தது. அதனோடு வலையையும் உமலையும் சேர்த்துக் கட்டியிருந்த கயிறுகளை தாசன் வேகமாக அவிழ்த்தான். அவனும சில்வருசுமாக மீன் உமலை மரத்திலிருந்து இறங்கினார்கள். சுற்றி நின்ற கூட்டம் உமல் மீது பாய்ந்தது. முதல் ஆளாக உமலுக்குள் கையை விட்ட வின்சென்ட் ஒரு விளமீன் குட்டியைத் தூக்கிக்கொண்டு நொங்கு விற்பவனை நோக்கி ஓடினான். இன்னொரு தோல் சுருங்கிய மெலிந்த கிழவன் ஒரு பெரிய முட்டியைத் தூக்கினான். அவனுடைய குழி விழுந்த கண்கள் பிரகாசித்தன. அப்போதே கள் குடித்து விட்டவனைப் போல

அவன் நாக்கால் சொடக்குப் போட்டான். ஒரு கிழவி எடுத்த பெரிய மீனைப்பிடுங்கிய மிக்கேல், அதைத் திரும்ப உமலினுள் போட்டுவிட்டுக் கிழவியை அப்பால் தள்ளினான். கெட்ட வார்த்தைகளால் திட்டிக்கொண்டே, உமலைச் சுற்றிச் சுற்றி வந்து இலவசமாக மீன் எடுப்பவர்களை அப்பால் தள்ளினான்.

இப்போது மீனைச் சுற்றி வியாபாரிகள் கூடினார்கள். வெளிநாட்டு ஏற்றுமதியின் காரணமாக இறால் ஒரு விலைமதிக்க முடியாத சரக்காகிவிட்டது. கொச்சியிலும் எர்ணாகுளத்திலும், ஆலப்புழையிலும் இருக்கும் பெரிய ஏற்றுமதிக் கம்பெனிகளின் வேன்கள் ஆள் நுழைய முடியாத கடற்கரை முடுக்குகளிலெல்லாம் நுழைந்து திரிந்தன. ஊரிலுள்ள படித்த இளைஞர்கள் இந்தக் கம்பெனி வேன்களுக்கு மீன் வாங்கிக் கொடுக்கும் தரகர்களானார்கள். மீனுக்காகக் கடலில் வலைவீசிய மீனவர்களுக்காக இந்த ஏஜண்டுகள் கரையில் பணம் வீசினார்கள்.

இவ்வாறு பணம் வீசிய ஏஜண்டுகளில் மிக்கேல் மகன் ரூபனும் ஒருவன். படித்த இளைஞனான அவனுக்குத் தகப்பனின் கடல் தொழிலில் விருப்பமில்லை. விலையுயர்ந்த வெளிநாட்டு லுங்கியும், மடிப்புக் கலையாத சட்டையும் அணிந்துகொண்டு, அவன் கடற்கரையில் தரகனாக அலைந்தான். அவனுக்கு ஒரு உதவியாளன்-கமலூசு. ஒடுங்கிய மூஞ்சியும், மெலிந்த உடலுமாக, குடல் நீக்கப்பட்ட வாளைமீன் போல் இருந்தான் அவன். அவனும் பத்தாவது படித்தவன்தான். ஒருவர் தோளில் ஒருவர் கை போட்டு, விசிலடித்துப் பாடியவாறு இருவரும் கூட்டத்தை நெரித்துக்கொண்டு மீன் அருகே வந்தார்கள். அங்கே நின்று கொண்டிருந்த பூதநாதனைக் கண்டதும் ரூபன் முகத்திலிருந்த உற்சாகம் மறைந்து விட்டது. கண்களில் ஒருவித அசுவை பரவியது.

பூதநாதன் அந்த வட்டாரத்திலேயே பெரிய வியாபாரி. மிகப்பெரிய ஆலப்புழை கம்பெனியின் ஏஜண்டு. சொந்த ஊர் திருவனந்தபுரம். ஆனாலும் பத்து வருசமாக அவர் சீவிதம் பெரும்பாலும் இந்தக் கடற் கரையில் தான். கடற்கரைக்காரராகவே ஆகிப் போனார். பெரிய தொந்தியின் அடியில் தொங்கலாக

வேட்டியைக் கட்டிக்கொண்டும், பட்டன் இடப்படாத அரைக் கைச் சட்டையின் காலரை மேலே தூக்கி விட்டுக்கொண்டும், கண்களைச் சுருக்கியவாறு இழுத்துப் பேசும்போது, அவர் உள்ளூர்க்காரராகவே மாறிவிடுவார். சில சமயம் அவர் தன் தடித்துச் சிவந்த கழுத்தில் சிலுவையைக்கூட தொங்க விட்டிருப்பார். ஆனாலும் அவரைக் கண்டதும் ரூபனுக்கு மனதில் கசப்பு பொங்கியது. அவரை மீறி அங்கே அவனால் வியாபாரம் செய்ய இயலவில்லை. அவர் வைத்ததுதான் விலை. மீறி யாராவது போட்டி போட்டால், போட்டியை உற்சாகப்படுத்தி, எதிரிக்குப் போதை ஏற்றி, வசமான நேரத்தில் பின் வாங்கி, எதிரியை மண் கவ்வ வைப்பதில் வல்லவர் அவர்.

வெயிலிலும் காற்றிலும் வெம்பிச் சிவந்திருந்த தன் பளபளப்பான வழுக்கைத் தலையைச் சொறிந்துகொண்டே, பூதநாதன் ரூபுனைப் பார்த்து விஷமத்தனமாக முறுவலித்தார். இறங்கியிருந்த லுங்கியைச் சற்றே தூக்கி விட்டுவிட்டு, மீன் மீது குனிந்தார். கை நிறைய இறால் மீனை அள்ளி, அதன் தரத்தை நிர்ணயிக்கும் முயற்சியில் ஒரு வினாடி யோசனை செய்தார். பின் ஒரு திருட்டுப் புன்னகையோடு ரூபனைப் பார்த்தார்.

“கிலோவுக்கு எழுவது நிக்குமா?” ஒன்று மறியாத அப்ராணி போல் கேட்டார் அவர்.

ரூபன் பதில் சொல்லவில்லை. எச்சரிக்கையோடு தன் தகப்பனாரை ஓரக் கண்ணால் பார்த்தான்.

மிக்கேலுக்கு அசாத்திய கோபம். கோவணத்தை இறுக்கிவிட்டு, அவர் பூதநாதன் கையிலிருந்த மீனைப் பிடுங்கி உமலினுள் போட்டார்.

“ஏ, மீன் வாங்கவா வந்திருக்கிய?” அவர் ஏளனமாய்க் கேட்டார். “கிலோவுக்கு அம்பதுக்கு மேலே ஒரு ஒற்ற இறால் நின்னா என் செவிய அறுத்து வைப்பேன்-இல்லாட்டா நீ வைப்பியா?” என்று சவால் விட்டார். எடை அதிகமான இறாலுக்குத்தான் மதிப்பு அதிகம்-அதுதான் உயர்ந்த தரம்.

பூதநாதன் பயந்து விட்டவன் போல் பாவனை செய்தான். மறுகணம் அவனுடைய அலட்சியமான சிரிப்பு கடற்கரை எங்கும் கேட்டது.

3

ஏலம் போடுபவனான பீத்தர் கூட்டத்தின் நடுவே குந்தியிருந்தான். அவன் போட்டிருந்த மஞ்சள் நிறக் கந்தல் சட்டையின் தோள்பட்டை கிழிந்து, எலும்பு தெரிந்தது. தன் மெலிந்த கையால் அவன் மணலைத் தடவிச் சமப்படுத்தி இறுக்கி, மீனைக் கொட்டிக் குவிப்பதற்கு வசதியான ஒரு திட்டாக்கினான். தாசனும் சில்வருசுவும் உமலை முழங்காலுக்குத் தூக்கி, மீனை அந்தத் திட்டின் மீது கொட்டினார்கள். அச்சில் வார்க்கப்பட்டவை போல செம்பொன் நிறத்தில் பளபளக்கும் இறால் மீன்கள்! இரண்டு விரல் பருமன், அரை வட்டமாகச் சுருண்ட உடல், புத்தம் புதிய செம்புக் கம்பித் துண்டுகள் போலக் கை-கால் மீசைகள்?

குந்திய நிலையிலேயே ஒரு தேரை போல பீத்தர் மீன் அருகே நகர்ந்தான். செம்பொன் குவியலில் வெள்ளித் துண்டுகளாக மினுங்கிய மற்ற மீன்களைக் கிண்டிப் பொறுக்கித் தனியாகக் குவித்தான். குழம்பு வைப்பதற்குரிய மீன் இது. இந்த மீனைத் தாசன் இரு கூறுகளாகப் பங்கிட்டான். ஒரு கூறு மிக்கேல் குடும்பத்துக்கு, மறுகூறு அவனுக்கும் சில்வருசுக்கும்- ஆளுக்குப்பாதி. மிக்கேலுக்குரிய பங்கை அள்ளி அவன் உமலினுள்ளே போட்டான். தனக்குரியதையும் சில்வருசுக்குரியதையும் சேர்த்து இரண்டு கைகளிலும் அள்ளிக்கொண்டு சற்றுத் தள்ளி ஒரு கட்டுமரத்தில் உட்கார்ந்திருந்த ரூபியிடம் போனான்.

ரூபி அவனைக் கவனிக்கவில்லை. கனவு காண்பவள் போல் பார்வையைக் கடல் மீது மிதக்க விட்டிருந்தாள். நெற்றிச் சுருள்களும் கன்னச் சுருள்களும் காற்றில் மிதந்தன. மஞ்சள் தாவணியும் பாவாடையும் காற்றில் படபடத்தன. தாசன் தன் உடம்பைக் கவனித்தான். அரையில் லங்கோடு, உப்பு நீரில் ஊறிய கருத்த உடம்பு முழுவதும் வெள்ளை மணல். "ஆனாலும் என்ன, குளிச்சிச் சட்டை போட்ட பெறவு பாரு - ஐயாவ!" என்று பெருமிதத்தோடு தனக்குள் சொல்லிக் கொண்டான்.

"ஏ...இந்தா, என் பங்கும் இருக்கு...பிடி!" கண்ணைச் சிமிட்டியவாறே அவன் இரண்டு கைகளையும் அவளிடம் நீட்டினான்.

"உன் பங்கு எனக்கெதுக்கு?" அவள் முறுவல் கலந்த ஒரு முறைப்போடு எழுந்து சிறிது விலகினாள்.

தாசன் மீன்களை அவள் காலடியில் போட்டான்.

"கள்ளு குடிக்கணும். சுட்டு வையி!" என்றான் மிடுக்காக.

"ஏ ... நான் என்ன ஒன் வேலக்காரியா?" சில்வி வெடுக்கென்று கேட்டாள். மீனை எடுப்பதற்காகக் குனிந்தாள்.

நடு வகிடெடுத்துச் சீவப்பட்ட அவள் தலையில் தாசன் நருக்கென்று குட்டினான்.

"ரூபன் கிட்ட ஈன்னு பல்லைக் காட்டிட்டு நில்லு! நான் மீன் சுடச் சொன்னா மட்டும் வேலைக்காரியா என்னு கேளு!"

"அது என் இட்டம்!" அவள் கோபத்தோடு நிமிர்ந்தாள். குட்டுப்பட்ட தன் தலையைத் தடவினாள்.

"ஏ ... ஒன் இட்டமா? பெறவு நான் ஒன்னக் கட்டிக் கிட்டா...?"

"வெவ்வெவ்வே!" அவள் முகத்தைக் கோணி அழகு காட்டினாள். குனிந்து மணலில் கிடந்த மீன்களை ஒவ்வொன்றாகப் பொறுக்கினாள்.

"இனிமேலும் அவன்கிட்ட இளிக்கிரதப் பாத்தேன் - பல்ல ஒடச்சுப் போடுவன்!" என்று அவளை எச்சரித்துவிட்டு, தாசன் ஏலம் நடக்கும் இடத்துக்குத் திரும்பினான்.

ஏலம் நடந்துகொண்டிருந்தது.

"எண்ணூத்தி நாப்பத்திரண்டு" ஒருதரம், எண்ணூத்தி நாப்பத்திரண்டு..." பீத்தர் ராகம் போட்டவாறு தன் காக்கைக் கண்களைத் திருப்பி ரூபனின் முகத்தை ஆராய்ந்தான். ரூபன் கமலூசின் உள்ளங்கையைச் சுரண்டினான்.

"தொள்ளாயிரம்!" கமலூரசு கத்தினான். தன் எலி மூஞ்சியைப் பூதநாதன் பக்கம் மமதையோடு திருப்பினான்.

"ஆயிரம்!" பூதநாதன் அலட்சியமாகக் கேட்டான். ஆம்பிளையானா இனிமேல் கேளு பாப்போம் என்று சவால் விடுபவன் போல் ரூபனை ஏறிட்டுப் பார்த்தான்.

பூதநாதன் தன்னைச் சிக்க வைப்பதற்காக வலை வீசுகிறார் என்பதை ரூபன் புரிந்து கொண்டான். என்றாலும் சுற்றிலுமுள்ளவர்கள் ஆரவாரித்துத் தூண்டும் போது அவனால் தன்னைக் கட்டுப்படுத்த இயலவில்லை. "ஆயிரத்து அம்பது!" என்றான் விறைப்பாக.

தொள்ளாயிரம் ரூபாய்க்கு மேல் மீன் ஒரு காசு பெறாது. நூற்றி ஐம்பது நஷ்டம். ஒரு விதத் தோல்வி உணர்வு ரூபனைக் கவ்விக்கொண்டது. கமலூரசிடம் மீனை அள்ளச் சொல்லிவிட்டு, அவன் தாசனிடம் வந்தான்.

வேத்து சாதிக்காரன் நம்மள அடக்குரான் என்றான் அவன் குரோத உணர்வுடன்.

"எலே ஒன்ன யாரு அவருக்குப் போட்டியாக் கேக்கச் சொன்னது?" தாசன் இமைகளை இடுக்கிக்கொண்டே முறுவலித்தான்.

"நீ என்னத்துக்குலே சில்வி தலையில குட்டின?" என்றான் ரூபன்.

"அதுக்கு ஒனக்கென்னலே?" தாசன் முறைத்தான் தொடர்ந்து, "நீ அவள ரொம்ப நெருங்குரது நல்லதில்ல," என்று எச்சரித்தான்.

"அது அவரவர் சாமர்த்தியம்!" ரூபன் சிரித்தான். பின் நேச பாவத்தோடு தாசனின் தோளில் கைபோட்டான்.

"இன்னிக்கி ஒனக்கு நிறய பணம் கெடைக்குமில்லையாலே, கள்ளு வாங்கித் தாலே!"

4

ஊசி குத்துவதற்கு இடமில்லை. கடற்கரையில், தெருக்களில், வீட்டு முற்றங்களில், திண்ணைகளில், கூரைகளில், எங்குமே மீன் உலர்ந்துகொண்டிருந்தது. தரை முழுவதுமே நெத்திலிக் கருவாடு. தென்னோலைக் கிடுகுகளில் வெள்ளி வாள்களைப் போல வாளை மீன் வரிசை வரிசையாக அடுக்கப்பட்டிருந்தது. இரண்டாக வகிரப்பட்டு உப்பு திணிக்கப் பட்ட பெரிய பெரிய பாரை மீன், சூரை மீன்... இன்னும் வகைவகையான மீன்கள். அரிதாகக் கிடைக்கும் ஐப்பசி மாச வெயிலில் அவை உலர்ந்துகொண்டிருந்தன. கருவாடு திருடும் நாய்களையும், கோழிகளையும், காக்கைகளையும் துரத்துவதற்காகப் பெண்கள் நீட்டி ஒலிக்கும் குரல்கள் அந்த மீன் விரிப்புகளின் மீது இடைவிடாமல் அலைந்துகொண்டிருந்தன. கருவாடு வாசத்தில் கிராமமே மயங்கிக் கிடந்தது. காற்று வீசும்போதெல்லாம் இந்த வாசம் வெகு தூரம்வரை பரவி, மணல் மேடுகளின் தாழம்பூ மணத்தோடு கலந்தது.

கருவாட்டு மணத்தை நெஞ்சு நிறைய நுகர்ந்து கொண்டே, ஒருவித அலட்சிய பாவத்துடன் தாசன் உலரும் மீன்களின் குறுக்கே சாய்ந்து சாய்ந்து நடந்தான்.

"பொட்டச்சி போல மினுக்குற பொட்டப்பய! ஒழச்சி நாலு காசு உண்டாக்கத் தெரியாத பேடிப்பய! எந்தப் பொண்ணு இவன விரும்புவா? நான் ... ஒரு மரக்கட்டையும் ரெண்டு தூண்டிலும் உண்டுமானா... அவன் தனக்குள்ளே பெருமையோடு சொல்லிக் கொண்டான்.

மாதா கோவிலிலிருந்து கிழக்கே நீண்டு கிடக்கும் பெரிய தெருவில் அவன் நடந்துகொண்டிருந்தான். மணல் சூடு காலைப் பிராண்டுகிறது. பெரும்பாலான குடிசைகள் மூடிக் கிடந்தன. நாய் விரட்டுபவர்களைத் தவிர தெருவில் யாரையும் காணவில்லை. அலையுடன் அல்லாடிக்கொண்டிருக்கும் தங்கள் உயிருக்கினியவர்களை எதிர்பார்த்துத் துடிதுடிக்கும் நெஞ்சைக் கைகளால் அமுக்கிக்கொண்டு கரைகளில் நின்று கொண்டிருப்பார்கள்! "ஐயா அப்பிடியா, கடலுக்குப் போவாரு, செல்வத்த அள்ளுவாரு" அவன் தலையை ஆட்டி முறுவலித்துக்கொண்டான்.

அவனுடைய குடில் ஊரின் கிழக்குக் கோடியில், மணல் திரட்டில் ஒதுங்கியிருந்தது. தன் தாய் இறந்து, தந்தை இரண்டாம் தாரம் திருமணம் செய்ததும், தாசன் ஊரைவிட்டே ஓடினான். அப்போது அவனுக்கு வயது பன்னிரண்டு. ஐந்து ஆண்டுகள் பல இடங்களில் அலைந்து, பல தொழில் செய்து வயிறு வளர்த்துவிட்டு ஊர் திரும்பியபோது, தகப்பனார் அவனை ஏற்றுக் கொள்ளவில்லை. கிழக்கே மணல் திட்டில் இந்தக் குடிலைக் கட்டிக்கொண்டு, தனியே வாழத் தொடங்கினான்.

முற்றத்தில், பூவரசமரத்தின் நிழலில் ஒரு குடம் தண்ணீர் இருந்தது. குடத்தை இரண்டு கையாலும் தலைக்கு மேலே தூக்கி, பாதித் தண்ணீரைத் தலையில் கொட்டினான். குடத்தைக் கீழே வைத்துவிட்டு, காழ்ப்பேறி வெளுத்துப் போன கைகளால் கருங்கல்லைத் தேய்ப்பது போல் தன் உடம்பைத் தேய்த்தான். மீண்டும் குடத்தைத் தூக்கி மீதி நீரைத் தலையில் கொட்டினான். குடத்தைக் கீழே வைத்துவிட்டுக் கைகளால் முகத்திலும் தலையிலும் நெஞ்சிலும் இருந்த நீரை வழித்தெறிந்தான். குடிசைக்கு வந்து வாசலைத் திறந்தான். காலையில் கடலுக்குப் புறப்பட்ட போது அவிழ்த்தெறிந்த அழுக்கு லுங்கி தரையில் கிடந்தது. அதை எடுத்து உதறினான். தலையையும் உடம்பையும் அந்த லுங்கியாலேயே துடைத்தான். லுங்கியை உடம்பில் சுற்றிக்கொண்டு, லங்கோட்டை அவிழ்த்தான். வெளியே வந்து அதை உலருவதற்காக கூரையில் அப்படியே எறிந்தான். உள்ளே நுழைந்து கொடியில் கிடந்த நீலச் சட்டையை இழுத்துத் தோளில் போட்டுக்கொண்டு வெளியே வந்தான். கதவைச் சாத்தித் தாட்பாள் போட்டான்.

அவன் வீட்டிலிருந்து ஐம்பதடி தூரத்தில், மேற்கே சில்வருசுவின் வீடு. தாசன் சில்வருசு வீட்டுக்குப் போனான். சில்வருசுவையும் காணவில்லை. அவர் தாயாரையும் காணவில்லை. உள்ளே, சுவரில் தொங்கிய கண்ணாடியில் தன்னை ரசித்துக்கொண்டு நின்ற சில்வி அவனைக் கண்டு மிரண்டாள். அப்பா போயாச்சே என்றாள் பதட்டமான சிரிப்போடு. ஓட எத்தனித்தாள். அவன் வாசலை மறித்துக் கைகளை விரித்தான். அவள் அவனைத் தள்ளிக்கொண்டு ஓடியபோது அவள் கையை பிடிக்க முயன்றான்.

அவனுக்கு அகப்படாத தூரத்தில் நின்றுகொண்டு, அவள் அவனை முறைத்தாள். குறும்பும், கோபமும், மகிழ்ச்சியும், வருத்தமும் அதில் கலந்திருந்தன.

"வா" என்றான் அவன்.

"போலே தடியா!" அவள் முகம் சுளித்தாள்.

"கவனமா இரு!" என்று அவளை எச்சரித்துவிட்டு, அவன் மேற்கு நோக்கிப் போனான்.

5

மிக்கேலும், சில்வருசும் தாசனுக்காகத் திண்ணையில் காத்திருந்தார்கள்.

"எலே, சூசம்ம வீட்டுக்குப் போயிட்டியா?" மிக்கேல் தாசனைக் கேலியாக வரவேற்றார்.

சில்வருசு தாசனை அபரிமிதமான வாஞ்சையோடு ஓரக்கண்ணால் பார்த்தார்.

"கையில் சிக்கமாட்டேனுட்டா!"தாசன் சிரித்தான்.

மூவரும் உள்ளே போனார்கள். விரிக்கப்பட்ட பாயில் எதிர் எதிராகச் சம்மணமிட்டு உட்கார்ந்தார்கள். அடுக்களையிலிருந்து சுட்ட மீனின் மணம் வீசியது. அதை விடவும் இனிமையாகக் கள்ளின் மணமும் வீசியது.

அடுக்களையில் மிக்கேலின் மகள் சூசனா நின்று கொண்டிருந்தாள். அவள் கொடுத்த உணவு வகைகளை மிக்கேலின் மனைவி மேரி ஒவ்வொன்றாகக் கொண்டுவந்து அவர்கள் முன்னே வைத்தாள். சிவப்புச் சம்பா அரிசிச் சோறு நிறைந்த தட்டுகள், மஞ்சள் நிறத்தில் கிழங்குக் கூட்டு நிறைந்த கிண்ணங்கள், சுட்டுச் செதில் சுரண்டப்பட்ட சாளை மீன், பழைய மீன் குழம்பு-கடைசியாக ஒரு மண்பானை நிறைய நுரைத்த கள்.

தாசன் 'உஸ்ஸ்' என உமிழ் நீரை உறிஞ்சித் தன் திருப்தியை வெளிப்படுத்தினான்.

மேரி ஒவ்வொருவரின் முன்னேயும் ஒரு உயரமான கண்ணாடித் தம்ளரை வைத்தாள். ஒரு செம்பில் கள்ளை முகந்து ஒவ்வொரு தம்ளராக நிரப்பினாள்.

முதல் ஆளாகத் தாசன் தன் உறுதியான கையை நீட்டி ஒரு தம்ளரை எடுத்தான். தன் மூத்த கூட்டாளிகளைப் பக்கப்பார்வை பார்த்துக்கொண்டே அவன் தம்ளரை வாயில் வைத்து ஒரே மூச்சில் குடித்தான். காலித்தம்ளரை அவன் கீழே வைக்கும் முன்னரே மேரி நிரப்பி விட்டாள்.

"ஏ ... குடி. நல்லாக் குடி!"

கள் நனைந்த தன் கருப்பு உதட்டைப் புறங்கையால் துடைத்துவிட்டு, மிக்கேல் தன் தட்டிலிருந்த சோறு முழுவதையும் சேர்த்துப் பிசைந்தார். கை கொள்ளும் அளவுக்குச் சோற்றை அள்ளி ஒரு பெரிய உருண்டையாக உருட்டினார். அந்த உருண்டையை அப்படியே தன் வாயில திணித்தார். அவருடைய இளைய மகன் வின்சென்ட் உள்ளே ஓடி வந்தான். உடம்பு முழுவதும் மண். அரையில் கட்டியிருந்த ஈர நிக்கரிலும் மண். அவனுடைய நீட்டிய கையில் மிக்கேல் ஒரு உருண்டைச் சோற்றை வைத்தார். வின்சென்ட் மண்டியிட்டான். தகப்பனின் கள் தம்ளரை மறு கையில் எடுத்தான். சோற்றை ஒரு கடியும், கள்ளை ஒரு குடியுமாக அவன் சாப்பிடத் தொடங்கினான். சில்வருசு அதிகம் சோறு தின்னவில்லை. தம்ளரைக் காலி செய்துவிட்டு, அவர் சுட்ட சாளைகளை நசுக்கி நடுமுள்ளை நீக்கிவிட்டு, சதையை வாயில் போட்டு மென்றார். மேரி தம்ளர்களை நிரப்பினாள்.

ரூபன் வீட்டினுள் நுழைந்தான். அவனுக்கு இன்று வியாபாரத்தில் படுதோல்வி. உழைப்பால் இறுகாத அவனுடைய பூப்போன்ற முகம் சுண்டிப் போயிருந்தது.

"ஏ ரூபா, கள்ளு கேட்டியே, வா..." தாசன் அவனை வரவேற்றான்.

ஒரு புளித்த முறுவலோடு ரூபன் மறுபக்கம் திரும்பினான். சட்டையைக் கழற்றிச் சுவரில் ஆணியில் தொங்க விட்டான். நாற்காலியில் உட்கார்ந்தான்.

“மக்களே, சோறு உண்ணுதியா?” அன்புததும்பக் கேட்டுக்கொண்டே மேரி அவனிடம் வந்தாள். மேசையில் கைகளை ஊன்றிச் சாய்ந்து அவனைப் பார்த்தாள். அவளுடைய சாயலில் அவன் இருந்தான். பூப்போன்ற முகம். மேலுதட்டில் கரி கொண்டு வரைந்தது போல் அரும்பிய மீசை. நீண்ட கழுத்து. மகனின் சுருண்ட கேசத்தைத் தன் கைகளால் ஒதுக்கினாள்.

“சாப்பிடவா மோனே...” அவள் கெஞ்சினாள்.

“அய்யே, இந்தச் சோத்த மனுசன் திம்பானா?” ரூபன் அருவருப்போடு தாசனைப் பார்த்தான். “நான் கடையில சாப்பிட்டாச்சு.”

தாசன் தம்ளரைக் கீழே வைத்தான். புறங்கையால் வாயைத் துடைத்தான்.

“ஒன் கிளப்புக்கடைச் சாப்பாட்டோட ஒரு நாள் கடலுக்கு வா, பாப்போம்!” அலட்சியம் தொனிக்க சவால் விட்டான்.

“ஒங்க கடலுக்கு நான் ஏன் வரணும்?” ரூபன் எடுத்தெறிந்த குரலில் வீறாப்போடு கேட்டான்.

மிக்கேலுக்குக் கோபம் வந்துவிட்டது. கையிலிருந்த மீனை வாயில் போட்டுச் சவைத்தார். மகனை அசுவையோடு பார்த்தார்.

“த்த்தூ!” மீன் முள்ளை அவர் சத்தமாகத் தரையில் துப்பினார். தாசனைப் பெருமையோடு பார்த்து விட்டு மகனிடம் சொன்னார்.

“ஆம்பளலே அவன்! கடல் அவனுக்குத் தாய்லே. இன்ன எடத்தில இன்னது இருக்குதுண்ணு தெரியும். வலைய விட்டான்னா அந்த எடத்தில மீனுதான்! ஹம், ஒரு நாளு வந்து பாக்கிறியாலே, தொட நடுங்கிப் பயலே!”

“அப்படிச் சொல்லுப்பா! நான் அடுத்த வருசம் கடலுக்கு வருவேன்!” வின்சென்டு தன் பெரிய முன்னம் பற்களைக் காட்டினான்.

சில்வருசு தன் எச்சில் கையை உயர்த்திக் குடிவெறியோடு கூச்சலிட்டான். "எலே ரூபா, இன்னும் ஆறு மாசத்தில பாரு! நானும் ஒரு கட்டுமரம் வாங்குவேன். அதில் நானும் தாசனும் கடலுக்குப் போவோம். என் வீடெல்லாம் பொன்னா நெறையும்."

"போங்கவே!" ரூபன் அலட்சியமாகச் சொன்னான்.

மேரியும் மிக்கேலும் அர்த்தபுஷ்டியுள்ள பார்வையைப் பரிமாறிக்கொண்டார்கள். தாசனுக்குத் தங்கள் மகளைக் கொடுத்து, அவனை வீட்டோடு வைத்துக்கொள்ள வேண்டும் என்பது உள்ளூர அவர்களின் ஆசை. இந்த சில்வருசு இப்படிச் சொல்லுறானே!

தாசன் திருப்தியோடு ஏப்பம் விட்டான். வெற்றிக் களிப்போடு அவன் ரூபனைப் பார்த்தான். கள்ளு, எவ்வளவு சுகமானது! கடலு எவ்வளவு இனிமையானது!

மேற்கே மழை இரைந்தது. ஓட்டுக் கூரையில் துளிகள் உதிர்ந்தன.

"எம்மா மழ வருவு-கருவாட்ட அள்ளு!" அடுக்களையிலிருந்து மகள் சூசனா கத்தினாள்.

6

"**எ**ய்யா, ஓலையெல்லாம் இத்துக் கூரை ஒழுகு தில்லியா? ஓலையைக் கட்டக் கூடாதூ....?" நீட்டி இழுத்த குரலில் ஆகத்தாள் ஆதங்கத்தோடு கேட்டார். வாசலை ஒட்டிக் குடிலினுள்ளே குந்தி, டொக் டொக் என்று வெற்றிலை இடித்துக்கொண்டிருந்தார் அவர்.

முற்றத்தில் உட்கார்ந்து வலை பின்னிக் கொண்டிருந்தார் சில்வருசு. தாயின் கேள்வி செவியில் விழாதது போல்அவர் தொழிலில் அக்கறையாயிருந்தார்.

கிழவி வெற்றிலை இடிப்பதை நிறுத்தினார். சுருக்கம் கண்ட தன் வெள்ளை முகத்தை வெளியே நீட்டினார்.

"ஏ ... ஐயா ... கூரைய ..."

சில்வருசு வலை பின்னுவதை நிறுத்திவிட்டு, வெடுக்கென்று முகத்தை உயர்த்தினார்.

"ஏ ஒழுகினா என்ன, கரஞ்சு போவீயளோ?" அவர் கோபத்தோடு உறுமினார்.

கிழவி மௌனமாக வெற்றிலை இடித்தார். ஒற்றைப் பொன் தொங்கிய அவருடைய நீண்ட வடி காது முன்னும் பின்னும் ஊஞ்சலாடியது. இந்த வீடு அவர் குடும்பப் பெருமைக்குக் கண்கூடான சாட்சி. அம்பது வருசத்துக்கு முன்னே அந்தக் குக்கிராமத்தில் அமைக்கப்பட்ட முதல் செங்கல் வீடு. இதைப் புதுப்பிக்காமல் கட்டுமரம் வாங்கப் போகிறேன் என்று பிடிவாதம் பிடிக்கும் மகன் பேரில் அவருக்கு மிகுந்த வருத்தம்.

"சில்வி எங்க போனா? கைவிரல்களுக்கிடையே விழுந்து கொண்டிருந்த கண்ணிகளைக் கூர்ந்து கவனித்த வாறு சில்வருசு கேட்டார்."

"எங்கிட்டச் சொல்லிட்டா போறா!" கிழவி தன் கோபத்தைக் காட்டினார்.

"வயசுப் புள்ள இப்பிடியா அலையும்? சில்வருசு உறுமினார். சிறுக்கி வரட்டும், அவ கால ஒடிக்கிறேன்"

கிழவி டொக் டொக் என்று வெற்றிலை இடித்துக் கொண்டே இருந்தார்.

சில்வருசு தன் கையிலிருந்த வலையையும் நூலையும் கீழே போட்டார். எழுந்து தாயருகே போய் வாசலில் உட்கார்ந்தார். குரலைத் தாழ்த்திக் கொண்டு அவர் தாயிடம் கேட்டார்.

"தாசனைப்பத்தி நீ என்னம்மா நினைக்கிர?"

"எந்தத் தாசன்?" கிழவி வெற்றிலை இடிப்பதை நிறுத்திவிட்டுக் குழப்பத்தோடு மகனைப் பார்த்தார்.

"ஏ ... நம்ம அந்தோணி மகன்! என் கூட கடலுக்கு வாரானே..."

"அந்தச் சாதி கெட்டப் பயலா?" கிழவி வெறுப் போடு வாயைப் பிளந்தார். "ஊரைவிட்டு ஓடின பய. டவுண்ல காப்பிக்கட பெஞ்சு தொடச்சானாம். சந்தையில சொம எடுத்தானாம்...."

"ஏ ..." சில்வருசு இடைமறித்தார். "இன்னிக்கி அவனப்போல நம்மூர்ல கடல் தொழில் எவன் செய்வான்? ஒரு கட்டுமரம் வாங்கி, நானும், அவனுமாக் கடலுக்குப் போனா..."

கிழவி பதில் சொல்லவில்லை. வெற்றிலை இடிக்கும் கல்லை உற்றுப்பார்த்துக்கொண்டிருந்தார்.

7

தாசன் குடிலின் கிழக்கே ஒரு மணல் மேடு. அதன் அடிவாரத்தில் கடலோடு கலக்கும் சிற்றோடை அதற்கும் கிழக்கே உயரமான ஒரு ஒற்றைத் தென்னை. தூங்குவது போல் தொங்கும் அதன் ஓலைகளின் பின்னே, சிறிதே தேய்ந்த பிரம்மாண்டமான நிலா. அதன் பிரகாசமான ஒளி கடலிலும், கரையிலும் வெள்ளிப் பூச்சாய்ப் படிந்திருந்தது. அலைகளின் ஏகாந்த முழக்கத்தின் நடுவே ஒரு நாயின் குரைப்பு-மேற்கே தூங்கிக்கொண்டிருக்கும் ஊரின் கனவுப் பிதற்றல் போல.

மணல்மேட்டில், கடம்புக் கொடியின் வலைப் பின்னல் மீது ரூபனும், தாசனும், வால்டரும் உட்கார்ந்திருந்தார்கள். அவர்களின் நடுவே ஒரு ஓலைக் கிடுக்கின் மீது, பக்குவமாகச் சுடப்பட்ட பாரை மீன் இருந்தது. நாலு கிலோ இருக்கும். இன்னும் சூடு ஆறவில்லை. நல்ல வாசனை. அதைப் பிய்த்துத் தின்று கொண்டே அவர்கள் பேசிக் கொண்டிருந்தார்கள்.

இம்மாதிரி நிலாக்கால விருந்துகள் தாசனுக்கு மிகவும் பிடிக்கும். சுட்ட மீனும் நல்ல சாராயமும் இருந்து விட்டால் இரவு முழுவதும் கொண்டாட்டந்தான். விடிய விடிய கூத்தடித்துவிட்டு அப்படியே கடலுக்குப் போய் விடுவான். களைப்பே இருக்காது.

காலியான பாட்டிலை மணல்திட்டின் அடிவாரத்தில் ஓடும் வாய்க்காலில் வீசினான் வால்டர். தன் முன்னே மணலைத் தோண்டி, இன்னொரு பாட்டிலை வெளியே எடுத்தான். ஒட்டியிருந்த மணலை வேட்டியில் துடைத்துவிட்டு, கார்க்கை

வாயால் கடித்து இழுத்தான். இரண்டு மிடறு குடித்து விட்டு, பாட்டிலைக் கீழே வைத்தான்.

"எலே தாசா, ரூபன் நம்மள ஏமாத்துரான்!" என்றான் அவன்.

"அப்போ இன்னொரு சாதிக்காரன் வந்து நம்ம ஊர அவமானப் படுத்தினாலும் ஒங்களுக்குக் கவலை யில்லை? ரூபன் காரமாகக் கேட்டான்.

"சூசம்மையைத் திருத்து! அவ எடங்குடுக்காட்டா பூதநாதன் எதுக்குலே அவகிட்ட போறாரு?" வால்டர் எகிறினான்.

"இது என்னலே பேச்சு!" ரூபன் கோபத்தோடு கூச்சலிட்டான். "சூசம்ம நல்லவளோ கெட்டவளோ, அவ நம்ம ஆளுலே! பிறத்தியான் எப்பிடிலே நம்மூருக்குள்ள வரலாம்?"

வால்டர் சிரித்தான். சிரிப்பை அடக்கிக்கொண்டு ரூபனின் முகத்தை உற்றுப் பார்த்தான். மீண்டும் சிரித்தான்.

தாசனுக்கும் சிரிக்க வேண்டும் போலிருந்தது.

"ஏன்லே சிரிக்கிர-நாயே!" அவன் வால்டரின் முதுகில் குத்தினான்.

"எலே தாசா, எவன் பெண்டாட்டி எவன் கூட போனா ரூபனுக்கு என்ன? அவன் நோக்கம் பூதநாதன ஊர விட்டுத் தொரத்தணும். அவர் தொழிலக் கையில எடுக்கணும்! என்ற வால்டர் ரூபனிடம் திரும்பி, அப்பிடித் தானாலே?" என்றான்.

"ஏன்?" ரூபன் எடுப்பான குரலில் கேட்டான். "அப்பிடிப்பாத்தாலும் அதில் என்ன தப்பு? நம்மோட செல்வத்த ஒரு அன்னியன் ஏன்அள்ளிட்டுப் போணும்?"

பாட்டிலில் மீதி இருந்ததை தாசன் காலி செய்தான். பாட்டிலைத் தன் பின்னே மணல் சரிவில் வைத்தான். அது கீழ் நோக்கி வேகமாக உருண்டது. ஊர்ந்து அவன் ரூபனிடம் வந்தான்.

"நான் ஒனக்கு ஒதவரேன். ஆனா ஒத்த நிபந்தனைக்கு நீ சம்மதிக்கணும்" என்றான் அவன் முகத்தை நிமிர்த்தி.

நிலாவொளியில் அவன் சுருண்ட தலை தீப்பிடித்தது போல் தோன்றிற்று.

"சொல்லு" ரூபன் அவசரப்படுத்தினான்.

"சில்வி விசயத்தில நீ தலையிடக்கூடாது!"

"அது காதல். அவனவன் சாமர்த்தியம் போல!" ரூபன் முரண்டினான்.

"மண்ணாங்கட்டி!"

"சரி சரி, ரூபி விசயத்தில நான் குறுக்கிடல!" ரூபன் தாசனின் கைகளைப் பிடித்துக் கெஞ்சினான்.

தாசனுக்கு மீனைத் தின்னவே தோன்றவில்லை. கடலைப் பார்த்துத் திரும்பினான். கரையோடு கடல் விளையாடிக்கொண்டிருந்தது. ஈரமான வானம் உலகை மூடியிருந்தது. நிலா தென்னை மரத்துக்கு மேலே பிரகாசித்தது. அதன் ஒளி கடல் முழுவதும் திட்டுத்திட்டாக மிதந்துகொண்டிருந்தது. தாசன் பெருமூச்செறிந்தான்.

8

மாட்டிக்கிட்டான் லேய்....!

தரையிறங்கும் பெருநாரை போலக் கைகளை விரித்துக்கொண்டே கமலூசு அவர்களை நோக்கி ஓடிவந்தான்.

"என்னலே!" ரூபன் துள்ளி எழுந்தான்.

"எலே மத்தவன் உள்ளேதான் கெடக்கிறான்-கதவ வெளியால பூட்டிட்டேன்" கமலூசு மூச்சிரைத்தவாறே மணலில் விழுந்தான்.

"நேரே பாத்தியா?"

"செருவை இடுக்கு வழியே பாத்தேன். உள்ளே வெளக்கு இருக்கு... உஸ்ஸ்ஸ்..." அந்தக் காட்சியை நினைத்து ரசித்து உதட்டைக் குவித்து அவன் காற்றை உறிஞ்சினான்.

"அதுதான் இவ்வளவு நேரம் பிந்தினியாக்கும்!" என்றான் வால்டர். அவன் வாய் நிறைய மீன். குரல் பொது பொதுத்தது.

ரூபன் தன் லுங்கியை இறுக்கிக் கட்டினான். குனிந்து வால்டரின் கையைப் பற்றித் தூக்கினான்.

"வா, போவோம்."

"மீனத் தின்னாமலயா?"

கமலூசு இரண்டு கைகளாலும் மண்ணை வாரி மீன்மேலே போட்டான்.

"இனி தின்னுலே நாயே!"

வால்டர் கமலூசைத் துரத்தினான். ரூபன் தாசனை இழுத்துக்கொண்டு அவர்கள் பின்னால் ஓடினான்.

சில்வி வீட்டின் ஓரமாகத் தோப்பினுள் இறங்கி வாய்க்காலைத் தாண்டி, ரோட்டில் ஏறி, சிறிது தூரம் ஓடி, திரும்பவும் வாய்க்காலைத் தாண்டி, சூசம்மையின் குடிலின் பின்னே வந்தார்கள்.

குடிசை பூட்டித்தான் கிடந்தது. உள்ளே விளக்கிருந்தது. ஓலைச் செருவையின் சிறிய ஓட்டைகளி லெல்லாம் ஒளிப்புள்ளிகள். செருவை ஓரத்தில் படுத்துக் கிடந்த நாய் திடுக்கிட்டு எழுந்து உறுமிக்கொண்டே ஓடியது.

கமலூசு செருவை அருகே போனான். ஒரு இடுக்கு வழியே உள்ளே உற்றுப் பார்த்தான். பின்னால் நின்று கொண்டிருந்த தாசனின் கையைப் பிடித்துப் பக்கத்தில் இழுத்தான். உற்றுப்பார்க்கும்படி சைகை செய்தான்.

கமலூசு சுட்டிக் காட்டிய துவாரத்தில் கண்ணைப் பொருத்தினான் தாசன்.

உள்ளே மஞ்சள் ஒளியில், புத்தம் புதிய ஒரு கோரைப் பாய்.

பாயருகே வீசப்பட்டிருந்த சூசம்மாளின் நீலச் சேலை மேலே பூதநாதனின் பச்சை லுங்கி கிடந்தது.

தாசன் பின்வாங்கி, ரூபனின் அருகே வந்தான்.

"எலே போயிருவோம். இது பாவம்!" அவன் ரூபனின் செவியில் குசுகுசுத்தான்.

"மயிரு! அப்படியானா அவரு அவளக் கட்டட்டுமேலே!" ரூபன் உறுமினான்.

"நாசமாப்போ!" ரூபனை தாசன் இழுத்துக் கொண்டு முன்பக்கம் போனான்.

கமலூசு பின் கதவில் காவல் நின்றான்.

இந்த அனக்கம் கேட்டு வீட்டுக்குள்ளே விளக்கு அணைந்தது. ஓசைகள் அடங்கின.

"சூசம்மா...சூசம்மா!" முன்வாசலை ரூபன் லேசாகத் தட்டினான்.

"எவன்லே அது இந்த ராத்திரியில?" சூசம்மா தாழ்ந்த தூக்கக்கலக்கக் குரலில் உறுமினாள்.

"ஒன்னத்தான் - கதவத் திற" அவன் தாபம் நிறைந்த குரலில் அவளை நைசா அழைத்தான்.

"இடி விழுவான் மக்க! பேதியில போவானுவ! அவனுவ அம்மமாரக் கூப்பிடணும்! அக்கா தங்கச்சிய எழுப்பணும்!" சூசம்மா தாழ்ந்த அழுத்தமான குரலில் திட்டினாள்.

சேலை கட்டும் ஓசை... பாதங்கள் தரையில் பதியும் ஓசை... ஒரு குசுகுசுப்பு... பின் நிசப்தம்......

திடீரென்று பின்பக்கத்தில் "விடாத லோய், புடி லோய்!" என்ற கமலூசின் கூச்சல்.

ரூபனும், வால்டரும் சுறா மீன்களைப் போல் பின்னால் பாய்ந்தார்கள்.

தோப்பைக் கடந்து வாய்க்காலைத் தாண்டும் போது பூதநாதன் அகப்பட்டுக் கொண்டார். அவர் உடம்பில் ஒரு நூல் கூட இல்லை. மல்லாந்து கிடந்த கால்களை மடக்கி உடம்பை மறைத்துக்கொண்டே அவர் கை கூப்பினார்.

"எந்திடா நாயே, சாமியார் கிட்டவா," கமலூசு அவர் வயிற்றில் மிதித்தான், ஒரே குஷிஅவனுக்கு. தன் வாழ்க்கையில் அவன் பிறரை உதைப்பது இதுதான் முதல் முறை. யாரையாவது

கன்னத்தில் அறைய வேண்டுமென்பது அவனுக்கு நீண்ட நாள் கனவு, அதையும் நிறைவேற்றிக் கொண்டான்.

“தம்பிமாரே விட்டிருங்க, இனி இங்க வர மாட்டேன்! பூதநாதன் கெஞ்சினார். கும்பிட்ட கை கும்பிட்டபடியே இருந்தது.

பட்டப்பகல்ல எங்களைக் கொள்ளையடிக்கிறது போதாதுன்னு, எங்க பொம்பளைகளையும் . . . . வால்டர் அவருடைய வழுக்கைத் தலையில் மிதித்தான்.

“பின்னங் கையக் கட்டுலே - ஊர்நடுவே இப்படியே கட்டி வச்சிருவோம்-பொம்பளைகளெல்லாம் பாக்கட்டும்!’ ரூபன் உறுமினான்.

தாசன் இவர்களிடம் வரும்போது பூதநாதன் நிர்வாணமாக நின்றுகொண்டிருந்தார். அவருடைய கைகள் பின்னால் கட்டப்பட்டிருந்தன. வழுக்கைத் தலையும், உப்பிய கன்னங்களும், தொந்தியுமாக அவர் பார்க்க அசிங்கமாயிருந்தார்.

“எலே- அவர அவுத்துவிடுங்கல அவமானப்படுத் தாதீக!” தாசன் உறுதியான குரலில் நிதானமாகச் சொன்னான்.

“முடியாது- இழுங்கலே அவன ஊருக்கு!” ரூபன் கூச்சலிட்டான்.

“தம்பீ, தம்பீ.....இனிமேல்...” பூதநாதன் அழுதார்.

தாசன் பூதநாதனின் அருகே போனான். அவருடைய பின்னங் கைக் கட்டை அவிழ்க்கத் தொடங்கினான்.

“சாதி கெட்டத் தேவடியா மொவனே!” ரூபன் தாசன் மீது பாய்ந்தான். தாசன் அவனை மிதித்து அப்பால் தள்ளினான். தன் கழுத்தை நெரித்த கமலூசைப் பிடித்துத் தண்ணீரில் வீசினான். ஒரு எருமைக் கடாவைப்போல தலையைச் சாய்த்துக்கொண்டு வால்டரை நோக்கி பயங்கரமாகப் பாய்ந்தான். வால்டர் ஒரு தென்னம் பிள்ளை மீது விழுந்து இரண்டு மட்டை ஒடிந்தது.

“கிட்டே வந்தீகன்னா கொல செஞ்சிருவேன்!”

22 தேடல்

அவன் பூதநாதனின் கட்டுகளை அவிழ்த்தான். தான் கட்டியிருந்த வேட்டியை அவிழ்த்து அவர் மூஞ்சியில் வீசினான்.

"போயிரும், இனி மீன் வியாபாரத்துக்காக இங்கே வாராதிரும்!"

தன் நண்பர்களை ஏறிட்டுப் பார்க்காமல், கட்டியிருந்த அண்டர்வேரோடு, தலையைத் தொங்கப் போட்டுக்கொண்டே குடிசைக்குத் திரும்பினான் அவன்.

9

மாலைப் பொழுது. மேற்கே வெளிர் நீல ஜோதிப் பிழம்பாக சூரியன் தகதகத்தது. குளம்போல் சாந்தமாய்க் கிடந்தது கடல். அதன் இளம் அலைகள் கரையில் விளையாட்டுத் தனமாய்ப் புரண்டன. வின்சென்டும் அவனையொத்த சிறுவர்களும் மறுநாள் தூண்டிலுக்காக அலைக் கரையில் புதையும் முரல் மீன்களைப் பிடித்துக் கொண்டு அலைந்தனர். நடுத்தர வயதுள்ள ஒருவர் இரை வைத்த தூண்டிலைக் கடலில் வீசிக்கொண்டிருந்தார்.

மிக்கேலின் வீட்டு முற்றத்தில் தாசன் கால் நீட்டி உட்கார்ந்திருந்தான். இறால் மீனுக்குரிய நைலான் வலை அவன் கறுப்புக் கால்கள் மேலே விரிந்து கிடந்தது. அதை அவன் பழுது பார்த்துக்கொண்டிருந்தான். அவன் லேசாக ஏப்பம் விட்டான். மத்தியானம் குடித்த இளங்கள்ளின் இனிய மணம் அவன் நாசியில் மோதி கிளுகிளுப்பூட்டிற்று. ஒரு வகையாகத் தாய்க் கிழவியைச் சம்மதிக்க வைத்துவிட்டார் சில்வருசு. எனவே சில்விக்கும் அவனுக்கும் தைமாதம் கல்யாணம் நடப்பது கிட்டத்தட்ட நிச்சயம் தான். அவன் மிகவும் சந்தோசமாயிருந்தான்.

மிக்கேல் ஒட்டுத் திண்ணையில் உட்கார்ந்து ஒரு வலையின் கிழிசலைத் தைத்துக்கொண்டிருந்தார். அவரும் சந்தோசமாய்த்தான் இருந்தார். மனைவி மேரி அன்று ஒட்டு மாவு இடித்து அவருக்குத் தின்னத் தந்திருந்தார். பச்சரிசி, கருப்பட்டி, சுக்கு, முட்டை, எல்லாம் கலந்து இடித்து உண்டாக்கும் அபூர்வமான பண்டம் ஒட்டுமாவு. ஒருவன் அதையும் தின்று, வயிறு முட்டக் கள்ளும் குடித்து

விட்டானானால் அன்று ஊரில் அவன்தான் ராசா. வீட்டு வாசலில் உட்கார்ந்து மால் முடிந்துகொண்டிருந்த மேரியை மிக்கேல் ஒருவித மயக்கத்தோடு பார்த்தார். நாற்பதைத் தாண்டிய பிறகும் மேரி அவருக்கு ஒரு குமரியைப் போலவே தோன்றினார். அவர் உடம்பு முறுமுறுத்தது. ஆனாலும் ஒரே அறை கொண்ட வீட்டில், வயது வந்த மகளையும் வைத்துக்கொண்டு தன் இஷ்டத்துக்கு விளையாட முடியுமா என்ன? பெருமூச்செறிந்தார்.

"வீட்டக் கொஞ்சம் பெரிசாக்கணும்!" அவர் தனக்குத் தானே சொல்லிக்கொண்டார். இரண்டு மாசமாக நல்ல மீன் பாடு. மீனுக்கு நல்ல விலை. கையில் நிறைய காசு இருந்தது.

கிழக்கே தெருநாய்கள் குரைத்தன. தாசன் தலையை நிமிர்த்தினான். ரூபன் இன்னொரு நாகரிகமான வேற்று மனிதனுடன் வருவதைக் கண்டதும், அவனுக்குச் சற்றே திகைப்பு உண்டாயிற்று. "அங்கே பாரும்!" அவன் மிக்கேலுக்குச் சத்தம் காட்டினான்.

புதிய மனிதர் உயரமாயிருந்தார். அதற்கேற்ற பருமன், கண்ணாடி போன்ற மல் வேட்டியும், பால் வெள்ளை நிறத்தில் முழுக்கைச் சட்டையும் அணிந்திருந்தார். கண்ணுக்குக் கறுப்புக் கண்ணாடி. கையில் ஒரு கைக்குட்டை, இனிய செண்டு வாசனை அவரைச் சுற்றிப் பரவியது.

புதிய மனிதரைக் கண்டதுமே மேரி எழுந்து வீட்டுக்குள் போனார். மிக்கேல் குழப்பத்தோடு எழுந்தார். கண்களைச் சுருக்கித் தயக்கத்தோடு முறுவலித்தார். ரூபன் வீட்டினுள் பாய்ந்து ஒரு நாற்காலியை வெளியே கொண்டு வந்தான். அதை முற்றத்தில் போட்டு, தன் கையினால் தூசு துடைத்தான். புதிய மனிதர் கம்பீரமாக நாற்காலியிலமர்ந்து கால் மேல் கால் போட்டார். சட்டைப்பையிலிருந்து சிகரட் பெட்டியை எடுத்து, ஒரு சிகரட்டை உருவி உதட்டில் பொருத்தினார். சட்டைப் பையில் மீண்டும் விரல்களால் துளாவி ஒரு லைட்டரை எடுத்து விரல்களுக்கிடையில் வைத்து அமுக்கினார். பக்கென்று ஒரு தீக்கொழுந்து புடைத்தது. அதை நிதானமாக சிகரட் நுனியில் பிடித்த அவர், மணம் மிக்க புகையிலைப் புகையை முற்றத்தில் படர விட்டார்.

"நான் சொன்னமில்லாப்பா, ரொசாரியோ மொதலாளி இவியதான்!" என்றான் ரூபன்.

மிக்கேலுக்கு எல்லாமே சட்டென்று புரிந்து விட்டது. ரூபன் இவரைப்பற்றி நிறையவே சொல்லி யிருந்தான். பூத்துறை எந்திரப் படகு முதலாளிகளில் ஒருவர். ஆறு படகு, இரண்டு கார், இரண்டு மாடி வீடுகள்! இவர் தானா அவர்! அவருடைய செருக்கு மிகுந்த செழிப்பான முகத்தை மிக்கேல் பிரமிப்போடு பார்த்துக்கொண்டு நின்றார். இருபது வருசங்களுக்கு முன்னே, நடுக்கடலில், ஒரு கோணல் கட்டுமரத்தில், கந்தல் வலையை உதறிக்கொண்டு நின்ற நிலையில் தான் பல தடவை பார்த்த முகமல்லவா இது. மிக்கேலுக்கு ஆச்சரியமாயிருந்தது. தன்னைக் கட்டுப்படுத்திக்கொண்டு அவர் அடக்கமாகக் கேட்டார்.

"என்ன ஞாவுகம் இருக்கா?"

"இருக்கு!" விருந்தாளி முறுவலித்தார்.

தாசனுக்கு அதிசயமாயிருந்தது. 'தன் சாதிக்காரர் தானா இவர்! இங்கே ஏன் வந்திருக்கிறார்? ஒரு வேளை ரூபனின் தங்கையைப் பெண் பார்க்க வந்திருக்கிறாரோ?'. அவரைக் கவனித்துக்கொண்டே அவன் மௌனமாக வலை பின்னினான்.

ரூபன் களைத்துச் சோர்ந்து போயிருந்தான். முகம் வெம்பிப்போயிருந்தது. ஆனாலும் அவன் உற்சாகமாய்ப் பேசினான்.

"எப்பா, நான் எல்லாம் பேசி முடிச்சிட்டேன். நாம இப்ப இருபதாயிரம் ரூபா குடுத்தாப் போதும். அவக எல்லாம் செஞ்சி தருவாக. போட் நம்ம கைக்கு வந்திரும்."

கதவுக்குப் பின்னால் பதுங்கிக்கொண்ருந்த தன் மனைவி மேரியை மிக்கேல் பார்த்தார். சரி என்று சொல்லும்படி மேரி தலையை ஆட்டி, சைகை காட்டி மன்றாடினார்.

புகையை ஊதிக்கொண்டே புதியவர் சொன்னார்.

"ஒங்க பையன எனக்கு ரொம்பப் பிடிச்சிருக்கு. பின்ன இந்தப் பக்கம் போட்டுகளும் இல்லையா, ஒரு போட் வாங்கி விட்டா தொழிலும் நல்லா நடக்கும்."

அவருடைய சிறிய கண்கள் கடலைப் பார்த்தன. கடல்பறவை ஒன்று சட்டென்று நீரில் பாய்ந்து மேலே

எழும்பியது. அதன் கால்களில் சிக்கி நெளிந்த மீன் மாலைக் கதிரவனின் ஒளியில் மின்னியது.

"அவ்வளவு பணத்துக்கு...." என்று தொடங்கிய மிக்கேல், வாக்கியத்தை முடிக்காமல் பின்னந்தலையைச் சொறிந்தார். மகன் பேரில் அவருக்குக் கோபம் வந்தது- இப்படி ஒரு இக்கட்டில் இந்தப் பயல் தன்னைச் சிக்க வைத்துவிட்டானே! ஆனால் மறுத்துச் சொல்லவும் மனம் வரவில்லை.

"இங்க வாருங்க" என்று மிக்கேலைச் சிறிது தள்ளி அழைத்துக்கொண்டுபோன ரூபன், அவர் செவியில் மன்றாடும் குரலில் சொன்னான்.

"யோசிக்காதிய. நம்ம கிட்ட ஒரு பத்தாயிரம் இருக்கு. அம்ம நகை ஐயாயிரத்துக்குப் போகும். சில்வியோட அப்பா ஐயாயிரம் வச்சிருக்காரே, அதையும் வாங்குங்க!"

"அவன் எப்படித் தருவான்?" மிக்கேல் தாசனைப் பார்த்தார்.

"பேசுங்க. போட்ல அவருக்கும் ஒரு பங்கு குடுக்கலாம். வேணும்னா அவர் மகளையும் நான் கட்டிக்கிரேன்... அல்லது பணத்தைத் திருப்பிக் கொடுத்திர்லாம். எப்படியோ பேசுங்க. நல்ல வாய்ப்பு. ஒரு போட்டு இருக்கும்னா ஊர்க்காரன் பிடிக்கிற அவ்வளவு மீனையும் ஒற்றையில பிடிக்கலாம்!"

"போங்க! மேரியும் உள்ளே நின்றபடி கண்ணைக் காட்டினார்.

யோசனையோடு மிக்கேல் ஊரின் நடுத்தெரு வழியாக கிழக்கே நடந்தார்.

ஒன்றும் புரிய முடியாத குழப்பத்தோடு தாசன் வலை பின்னிக்கொண்டிருந்தான்.

10

காம்புகள் நிறைந்த அடிவயிறு மணலில் இழுக்க, ஒரு பெரிய பன்றி தன் பன்னிரண்டு கறுப்புக் குட்டிகளோடு உறுமிக்கொண்டே தெருவில் கிடந்த ஒவ்வொரு குப்பையையும் முகர்ந்து பார்த்தவாறு வந்து கொண்டிருந்தது. அதைக் கூர்ந்து பார்த்தவாறு மிக்கேல் சில்வருசுவிடம் சொன்னார்.

"சந்தேகம் உண்டுமானா ரிக்கார்டு எழுதித் தாறேன்!"

"ரிக்காடுக்கில்ல...இத்தன வருசமா ஒன் கட்டு மரத்திலதானே வேலை செய்யிறேன், ஒன்ன நம்பாமலா ... ஆனாலும் ..."

சில்வருசு மதிலில் கைகளை ஊன்றிக் கிணற்றினுள் பார்த்தார். பிரகாசமான வானத்தின் பிம்பம் தெரிந்தது.

இருவரும் ஊர்க் கிணற்றின் கரையில் நின்று கொண்டிருந்தார்கள்.

"எப்படிச் செயயணுமுண்ணு ஒனக்குத் தோணுதோ, அப்பிடிச் செய்யலாம் - பணத்தைக் குடு," மிக்கேல் வற்புறுத்தினார்.

"அதில்ல..! சில்விக்குச் சீதனமா ஒரு கட்டுமரம் வாங்கி, தாசனுக்குக் குடுக்கணுமுண்ணு நெனச்சாக்கும்..."

"ஒண்ணும் நெனைக்காத. பணத்தைக் குடு - ஒன் மக பிரச்சனைதானே, எப்படியும் முடிக்கிலாம்!"

"அதென்ன - எப்படியும் முடிக்கிலாம்! என் வாழ்க்கைக்கு அர்த்தமென்ன? பதிநஞ்சு வருசமா மறு கலியாணம் பண்ணாம பல்லக் கடிச்சுட்டு ஏன் இருக்கேன்?"

"கோபப்படாத, நான் அப்படிச் சொல்லல்ல. நான் சொல்லப்போற விசயத்தைக் கேட்டா நீயே சந்தோசப்படுவா!"

"சொல்லு!"

"நான் ஒரு மிசின் போட்டு வாங்கப் போறன். என் கிட்ட கொஞ்சம் பணம் இருக்கு. ஒன் கையில இருகிரதையும் தந்தியானா, பாங்கிலயும் கடன் வாங்கி எந்திர போட்டுவிடலாம். ஒனக்கும் தாசனுக்கும் அதில வேலை தாரேன். கேள்விப்பட்டிருப்பியே, அதில் என்ன வருமானம் வருமுண்ணு! ஒன் பணத்துக்குத் தக்க லாபத்திலே பங்கு வாங்கிக்க, அல்லது பணத்தையே திரும்ப வாங்கிக்க, அல்லது நீ இஷ்டப்பட்டா நம்ம ரூபனுக்கே சில்வியக் கட்டிக் குடு. எது இட்டமோ செய்யி. இல்லன்னு மட்டும் சொல்லிராத."

சில்வருசு கிணற்றை உற்றுப் பார்த்தார். பிரகாசமான மேல் வானத்தை அண்ணாந்து பார்த்தார். வெளிர் நீலப் பின்னணியில் சுடர் வீசும் சிவப்பு மேகங்கள். கடல் தீப்பற்றி எரிவது போல் தோன்றிற்று.

"சரி, தாறேன்!" சில்வருசு யோசனையோடு மிக்கேலின் முகத்தைப் பார்த்தார். முறுவலித்தார்.

மிக்கேல் உணர்ச்சிப் பெருக்கோடு சில்வருசுவின் கைகளைப் பிடித்தார். உற்சாகம் ததும்பும் கண்களால் நன்றியோடு சிரித்தார்.

"யாருக்கிட்டேயும் சொல்லாதே. இந்த ஊர்ல இனி நீயும் நானும்தான் ராசா!"

11

ஒரு தென்னையில் சாய்ந்து சுருட்டு புகைத்துக் கொண்டிருந்தான் தாசன். அவனுடைய இதயமே புகைந்துகொண்டிருப்பது போல, அவன் ஓயாமல் புகை ஊதினான். பெண்கள் பகுதியில் சில்வி அரங்கத்தைப் பார்த்து உட்கார்ந்திருந்தாள். ரூபன் எங்கே? சுருட்டைப் பலமாக உறிஞ்சிக்கொண்டே, அவன் தன் பார்வையை ஆண்கள் பகுதியில் மெதுவாக நகர்த்தினான். இன்னொரு தென்னை மரத்தின் மறைவில் ரூபன் நின்றுகொண்டிருந்தான்.

பிடித்து இரண்டாகக் கிழித்தெறிந்து விடலாமா என்றிருந்தது தாசனுக்கு.

"இன்னிக்கி எப்படியாவது ஒரு முடிவு தெரியணும்! செல்வீ, ஒங்கப்பன் பணத்தில எனக்கு ஒத்தக்காசும் வேண்டாம். நீ போதும். ஆனா ஒனக்கு மனமில்லையானா அத நேரே சொல்லு. ஒங்கப்பன் கிட்டே கேட்டா, பொறு பாப்போம்ங்கிரான். நீ சொல்லு, ஒனக்கு நான் வேணுமா வேண்டாமா?"

ஒன்றும் செய்ய முடியாத படபடப்பு-எல்லாம் இழந்துவிட்டது போன்ற சோர்வு. எரிந்த சுருட்டை மரத்தில்

அமுக்கி அணைத்துக் கீழே போட்டுவிட்டு அவன் கூட்டத்தை விலக்கிக்கொண்டு ஒதுக்குப்புறமாகச் சாராயம் விற்கும் இடத்துக்குப் போனான். அரைபாட்டில் சாராயமும் ஒரு ரூபாய்க்குச் சுட்ட மீனும் வாங்கினான். தனியாக ஒரு இடத்தில் உட்கார்ந்து, மீனைத் தின்று சாராயத்தைக் குடித்தான். உடம்பு பூராவும் கம்மென்று வெப்பம் பரவியது. வாயைத் துடைத்துக்கொண்டு எழுந்தான். தள்ளாடியபடியே தன் பழைய இடத்துக்கு வந்தான்.

நாடக மேடையில் எம்.ஜி.ஆர். பாணியில் மல்யுத்தம் நடந்துகொண்டிருந்தது. வில்லனும் கதாநாயகனும் பயங்கரமாக மோதினார்கள். ஒவ்வொரு உதையின் போதும் பின்னணி வாத்தியங்கள்பயங்கரமாக முழங்கின. பார்வை யாளர்கள் கூச்சலிட்டார்கள். வில்லன் கதாநாயகனை முகத்திலும் வயிற்றிலும் மாறிமாறிக் குத்தி, இந்தப்பக்கம் நெருக்குகிறான். இப்போது கதாநாயகன் வில்லனை உதைத்து, மேடையின் மறுபக்கத்துக்குத் தள்ளிக்கொண்டு போகிறான். கையைப் பிசைந்துகொண்டும் கூச்சலிட்டுக்கொண்டும், கதாநாயகி ஒரு பக்கத்திலிருந்து இன்னொரு பக்கத்துக்கு ஓடுகிறாள்.

ட்ஷ்ம் .... ட்ஷ்ம் .... ட்ஷ்ம் ....

மேடை அதிர்கின்றது.

தாசன் சில்வியைக் கவனித்தான். கதாநாயகன் வில்லனை உதைக்கும்போதெல்லாம் அவள் சிரித்தாள். கைகளை அசைத்து உற்சாகமாகக் கூச்சலிட்டாள். அவனுக் குள்ளும் ஓர் கிளர்ச்சி. நரம்பு மண்டலம் முழுவதும் பரவும் ஒரு முறுமுறுப்பு. நெஞ்சினுள்ளே எதுவோ வெடிப்பதற்காக விம்முவதுபோன்ற ஒரு திணறல். மூச்சு வாங்குகிறது. அவன் தன் முகத்தை வெறுங்கையால் துடைத்தான்.

கடைசிக் குத்து. வில்லன் கைகளை விரித்துக் கொண்டு முதுகுடிக்க அலறி விழுகிறான். கதாநாயகன் அவனைக் காலால் எத்துகிறான். குனிந்து உற்றுப் பார்க்கிறான். காதலி பயத்தோடு பக்கம் வருகிறாள். காதலனின் கையைப் பிடிக்கிறாள்.

தடுக்க முடியாத வெறியோடு தாசன் கூட்டத்தை மிதித்து வைத்துக்கொண்டு மேடைக்கு விரைந்தான். ஒரே தாவு - சில்வியை ஓரப்பார்வை பார்த்துவிட்டு, கதாநாயகனிடம் சவால் விட்டான்.

"ஏலே கருவாடு, அவ்ன செயிச்சியே, என்னையும் செயிச்சிட்டு ஒன் காதலியக் கூட்டிட்டுப் போ!"

அவன் கர்ஜனை மைக் வழியாக எங்கும் கேட்டது. கூட்டத்தின் ஆதரவுமிக்க அமோகமான ஆரவாரம். தாசன் வேட்டியைக் குஞ்சம்போட்டு உடுத்தி, கச்சை கட்டினான். நீலச் சட்டையைக் கழற்றிக் கூட்டத்தில் வீசினான். நாடக பாணியிலேயே கதாநாயகனின் முகத்தில் ஒரு குத்து விட்டான்.

கூட்டம் சந்தோசமாக ஆரவாரித்தது.

வில்லன் படக்கென்று எழுந்தான். கதாநாயகனுடன் சேர்ந்து அவனும் தாசனைத் தாக்கினான். மேடையின் பின்னாலிருந்து டயரக்டர் ஓடிவந்தான். கமலூசு வந்தான். கீழே இருந்தும் சிலர் மேடைக்குத் தாவினார்கள். எல்வோரும் சேர்ந்து தாசனை உதைத்தார்கள். ஆனால் தாசன் சோர்வடைய வில்லை. தன் இரும்புக் கைகளைச் சுழற்றி, அவர்களைச் சமாளித்தான். காலால் மிதித்தான். படு சந்தோசமாகக் கூச்சலிட்டான்.

கூட்டம் கிளர்ச்சியடைந்தது. நாடகத்தைவிடக் கவர்ச்சிகரமான இந்தக் கலகம் அவர்களை மேடையை நோக்கி இழுத்தது.

முடிவு -

மொத்த ரசிகர் கூட்டமே இரண்டு பிரிவாகி, ஒன்றோடொன்று மோதியது. முரட்டு அலைகளினுள் குதித்து நீந்துவது போன்ற - திரைமடக்கில் அல்லாடுவது போன்ற - அல்லது கட்டுக்கடங்காத கட்டுமரத்தில் தொங்கிக்கொண்டு அலைவெட்டில் சுழலுவதுபோன்ற ஒரு ஆனந்த வெறியில் கூட்டம் மூழ்கித் திளைத்தது. விளக்குகள் உடைந்தன. மேடை பிய்ந்தது. பலகைகள் ஒடிந்தன. ஒரே குஷி! போதைமயமான போர் ஆரவாரத்தில் அந்தக் கூட்டம் குளித்துக் கூத்தாடியது.

ரூபன் இதைச் சற்றும் எதிர்பார்க்கவில்லை. கலைந்து ஓடும் பெண்கள் கூட்டத்தில் அவன் புகுந்தான். சில்வி சில்வி என்று கூப்பிட்டுக்கொண்டே அங்குமிங்கும் ஓடினான். பத்து நிமிடத் தேடலுக்குப் பின் ஒரு தென்னை மரத்தின் பின்னே அவளைக்

கண்டான். அவள் அழுதுகொண்டிருந்தாள். அவன் அவள் கையைப் பிடித்தான். அது நடுங்கிக்கொண்டிருந்தது.

அவள் அவன் கையை விடுவிக்க முயன்றாள். அவன் விடவில்லை. 'வா ஓடிருவோம்' என்று சொல்லி அவளை இழுத்துக்கொண்டே தென்னை மரங்களின் ஊடே இருளுக்குள்ளே விரைந்தான்.

12

நட்சத்திரச் சருகுகள்போல தென்னைகளைச் சுற்றி மின்மினிகள் பறந்தன. ஆயிரம் கால் நாட்டி, யாருக்காகவோ போடப்பட்ட பந்தல் போல நீண்டு கிடந்த அந்தத் தென்னங் காட்டினுள்ளே, ரூபனும் சில்வியும் பாதை தடுமாறி ஒருவரையொருவர் உரசிக்கொண்டே நடந்து கொண்டிருந்தார்கள்.

நிலவும் நட்சத்திரமும் இல்லாத வானம் இருண்டு கிடந்தது. தென்னை ஓலைகளின் சலசலப்பு - அதற்கும் அப்பால் கடலின் இரைச்சல். ஒரு புன்னை மரத்தில் தூங்கும் நாரைகள் சடசடத்தன. எங்கோ ஒரு கடற்பறவையின் ஒற்றைக் குரல் அழுகைபோல் நீளமாகக் கேட்டது.

ரூபன் நின்றான். சில்வியைத் தன்பக்கம் இழுத்தான்.

"சில்வீ…"

அவள் தன் கையை உதறிவிட்டுத் தள்ளிப் போனாள். அங்கே திரும்பிப் பாராமல் நின்றாள்.

"என்னப் புடிக்கலியா"

அவள் பதில் சொல்லவில்லை.

"தாசன் தான் வேணுமா?"

அதற்கும் அவளிடம் பதிலில்லை.

அவன் அவளிடம் போனான். கையைப் பிடித்தான். அவள் ஏதோ முணுமுணுத்தாள். ஆனால் கையை விடுவிக்க முயலவில்லை.

"இவ்வளவுதானா இவ!" என்று மனசுக்குள் அலட்சியமாகச் சிரித்துக்கொண்டே, ரூபன் தரையில் மண்டியிட்டான். அவளையும் கீழே இழுத்தான்.

தூரத்தில் - வெகு தூரத்தில் தாசன் ரூபியை அழைக்கும் குரல் லேசாகக் கேட்டது. அந்தக் குரல் அவள் செவியில் விழுந்துவிடாமலிருக்க அவன் அவள் செவியில் முத்தமிட்டான்.

13

இற்று நொறுங்கியிருந்த ஓலைக் கூரையைக் காற்று பிய்த்தெறிந்து கொண்டிருந்தது. ஜன்னலிடுக்குகளில் அது ஊளையிட்டது. சிம்னி இல்லாத மண்ணெண்ணெய் விளக்கின் மங்கலான சுடர் அந்த பயங்கரமான குரலைக் கேட்டு நடுங்கிப் பதைபதைத்துக்கொண்டிருந்தது.

சில்வியின் பாட்டி ஆகத்தாள் ஒரு மூலையில் முட்டைக்கட்டிக்கொண்டு உட்கார்ந்திருந்தாள். கந்தலால் அவள் தன்னைப் போர்த்திக் கொண்டிருந்தாலும் நடுங்கிக் கொண்டிருந்தாள். உலகை விழுங்கப் புறப்பட்டு விட்டது போலக் கேட்கும் பயங்கரமான கடல் ஆரவாரத்தில் ஏதோ ஒன்றை உற்றுக் கேட்பவள் போல அவள் தோன்றினாள். ரொம்ப காலத்துக்கு முன்னே, இதே மாதிரியான ஒரு நாளில் இதே மாதிரியான ஒரு அலைதான் அவள் புருசனை விழுங்கியது.

இந்த அதிகாலை இருளில் - இரத்தத்தை உறைய வைக்கும் குளிரில் - மழையில் - மலை மலையாகக் கரை மோதும் பேரலைகளைத் தாண்டி தன் மகன் சில்வருசு கட்டுமரத்தை எப்படிக் கடலினுள் செலுத்துவான்? கட்டுமரம் அவன் மீது மோதிவிட்டால் ... மாதாவே, மாதாவே! சத்தமில்லாமல் அவள் புலம்பிக் கொண்டிருந்தாள்.

சில்வி அடுப்பிலிருந்து திரும்பினாள். சூடான காப்பி நிறைந்த கண்ணாடித் தம்ளரைக் கிழவியின் முன்னே தரையில் வைத்தாள். முன்வாசலைத் திறந்தாள். மழைக் காற்று குப்பென்று அவள் முகத்தில் மோதி அவளைத் தள்ளிற்று. அவள் உடம்பு குளிரினால் சிலிர்த்து நடுங்கிற்று. சற்று நேரத்துக்கு முன்னே

வீட்டைவிட்டு வெளியேறியபோது, தகப்பன் அவள் செவியில் சொன்ன வார்த்தைகள்! ஒருவேளை அப்பாவுக்கே எல்லாம் தெரிஞ்சிருக்குமோ? சே, எதுக்கெல்லாம் இடங் கொடுத்திட்டேன்! இனம் புரியாத பயம் முதுகுத் தண்டின் வழியே ஊர்ந்து அவள் அடிவயிற்றில் இடிபோல் இறங்கியது.

அவள் வீட்டினுள் திரும்பவே விரும்பினாள். ஆனால் கால்கள் நகரவில்லை. மழையிலும் காற்றிலும் குளிரிலும் நனைந்து நடுங்குவது நிம்மதியாகத் தோன்றிற்று.

அவளுக்கு நேர் எதிரே கடல் பேயாட்டம் ஆடியது. மீனவர்கள் கடலுக்குள் தள்ள முயன்ற கட்டுமரங்களை அது கரையில் வீசிற்று. மீண்டும் அவர்கள் மரத்தைக் கடலுக்கு நேராகத் திருப்பி நீரில் தள்ளியபோது, இன்னொரு பேரலை அதை அவர்கள் மீதே எறிந்தது.

சோர்ந்து போன மீனவர்கள் பலர் மரத்தைக் கரையில் ஒதுக்கிவிட்டு, வீட்டுக்குத் திரும்பினார்கள். ஒரு சிலர் தொடர்ந்து போரார்டினார்கள்.

திடீரென்று கடற்கரையில் ஒரு பெருஞ்சத்தம் உண்டாயிற்று. சில்விக்கு மூச்சுத் திணறிற்று. மாதாவே மாதாவே என்று அவள் அரற்றினாள். தள்ளிக் கொண்டிருந்த மரங்களை அப்படியே விட்டுவிட்டு மீனவர்கள் மேற்கே ஓடினார்கள்.

சில்வி வீட்டுக்குள் தலையை நீட்டி 'ஏ ஆத்தா இங்க வா. ஏதோ நடந்திருக்கு போலுக்கு...' என்று அழு குரலில் சொல்லிக் கொண்டிருந்த போதே, வின்சென்ட் இரைக்க இரைக்க ஓடி வந்தான். சில்வியைக் கண்டதும் ஒன்றும் சொல்லத் தோன்றாமல் அவன் ஸ்தம்பித்து நின்றான்.

"ஏலே வின்செண்டு என்ன வியஷம்போ?" சில்வி அழாக்குறையாகக் கேட்டாள். அவள் தொண்டையில் அழுகை முட்டியது.

கொஞ்ச தூரத்தில் ஒரு கூட்டம் அதிசயிக்கத்தக்க அமைதியோடு அவள் வீட்டை நோக்கி வந்து கொண்டிருந்தது.

சில்வி மயக்கமடைந்தவள் போல் தள்ளாடினாள். பல்லைக் கடித்துக்கொண்டே கூட்டத்தைப் பார்த்து ஓடினாள்.

கூட்டத்தின் நடுவே தாசன் முன்னேயும் வால்டர் பின்னேயுமாகப் பிடித்துக்கொள்ள...

சில்வியின் தலை சுற்றியது. "ஏ அப்பா!" அலறிக்கொண்டே ஈரத் தரையில் விழுந்தாள்.

14

ஊருக்கு வடக்கே மெயின் ரோட்டிலுள்ள சிறிய அரிஷ்டக் கடையில் மதிமயங்கும்வரை குடித்துவிட்டு தாசன் ஊருக்கு மெதுவாக வந்துகொண்டிருந்தான். இருண்ட பச்சை நிறத்தில் முரட்டுத்தனமாக வளர்ந்திருந்த புதுரகக் குட்டை நெற்பயிர் மேலே காற்று குழந்தைத் தனமாகப் புரளுவதையோ, நீண்ட தென்னைகள் தங்கள் கனத்த தலைகளை அசைத்து உல்லாசமாகப் பாடுவதையோ, மணல் குன்றை மாலைச் சூரியன் தன் அபரிமிதமான ஒளியால் பொன்னாக்குவதையோ, அவன் கவனிக்கவில்லை. அவன் ஒரு நடைப்பிணம் போல, ஊருக்கும் ரோட்டுக்கும் இடையே இருக்கும் மணற் குன்றின் மேலே மெதுவாக ஏறி உச்சிக்கு வந்தான்.

அலைகள் ஊர்ந்து திரியும் நீலக்கடல் ஒருபுறம். காற்றில் கூத்தாடும் பச்சைமரக் கடல் மறுபுறம். இடையில் இந்த உயரமான மணற்குன்றில் தன்னந்தனியனாக அவன் நின்று கொண்டிருந்தான். காற்று முகத்தில் அறைகிறது. காற்றோடு பாய்ந்துவரும் மணல் துகள்கள் கால்களைக் குத்துகின்றன. அவனுக்குள்ளேயோ ஒரு ஸ்தம்பிதம் - வெறுமை - சூனியம். பாதத்தால் மணலைக் கிளறி அது காற்றோடு போவதைக் கவனித்தவாறே நின்று கொண்டிருந்தான்.

சைமனும், வால்டரும், சூசையும் தோளோடு தோள் பின்னி - ஆறு காலும், இரண்டு கையும், மூன்று தலையுமான ஒரு உருவமாக மேலே ஏறிக் கொண்டிருந்தார்கள். மணல் சரிவில் அவர்களின் நெடு நீள நிழல் செக்போஸ்ட் தடி போல தாசனின் பாதையை மறித்துக்கொண்டு மேல் நோக்கி நகர்ந்துகொண்டிருந்தது.

"ஏ தாசா, குடிக்க வாரியா?" சைமன் கேட்டான்.

"வேண்டாம் போ!" தாசன் எங்கோ பார்த்தவாறு சொன்னான்.

"சில்வருசுவ மிக்கேலு கொன்னான். சில்வியை ரூபன் கொல்லுறான். நீ மிக்கேலுக்குச் சேவகம் செய்திட்டு சில்வியைப் பூச செய்யிரா! நீ தாண்டா தாசன்!" வால்டர் கணீரென்ற குரலில் சிரித்தான்.

"போங்கடா!" தாசன் கூச்சலிட்டான்.

"ஏலே சும்மாருங்கல! மிக்கேல் போட்ல அவனுக்கு வேலகெடைக்கப்போகுது; இனி நம்ம மாதிரியா அவன்!" சூசை வால்டரை சமாதானப் படுத்துவதுபோல் தாசனின் இதயத்தைக் குத்தினான்.

அவர்களும், அவர்களுடைய நிழலும், சிரிப்போடு அவனைக் கடந்து மறுபுறத்தில் இறங்கிச் சிறிது நேரத்தில் தோப்பினுள் மறைந்தன.

சூரியன் மறைந்து செவ்வான ஒளிக் கோலங்கள் மங்கின. தாசன் மணல் குன்றிலிருந்து மெதுவாக இறங்கி சில்வியின் வீட்டுக்குப் போனான்.

மெழுகாமல் பொருக்குக் கிளம்பிய மண் தரையில் கையை மடக்கித் தலைக்கு வைத்துக்கொண்டு ஒரு அனாதை போல் சில்வி ஒருக்களித்துப் படுத்துக் கிடந்தாள். பாதி பின்னப்பட்ட வலையும் நூலும் அவள் அருகே கிடந்தன. அவள் தூங்குகிறாளா, விழித்திருக்கிறாளா என்று தெரியவில்லை. ஒரு வேளை அழுதுகொண்டிருக்கிறாளோ? வாசல் நடையில் கைகளை ஊன்றி தாசன் திண்ணையில் பொத்தென்று உட்கார்ந்தான்.

சில்வி இமைகளை நிமிர்த்தினாள். அவள் கண்கள் கலங்கியிருந்தன. முகம் வீங்கியிருந்தது. ரூபனைப் பற்றி இப்போது எச்சரிக்கவா வேண்டாமா என்று தாசன் தடுமாறினான்.

சில்வி விளக்கைப் பொருத்தி வீட்டின் நடுவே வைத்தாள். வலையையும் நூலையும் கையில் எடுத்துக் கொண்டு விளக்கருகே உட்கார்ந்தாள். கால்களை நீட்டி, கட்டை விரலில் வலையின் நுனியைச் சுற்றிக்கொண்டு, மறு நுனியைக் கையில் வைத்துப் பின்னத் தொடங்கினாள்.

"ஆத்தா எங்க?" தாசன் கேட்டான்.

"வெளியே போனா" அவள் முணுமுணுத்தாள்.

"சில்வீ...!" அவன் குரல் தழுதழுத்தது. கூப்பிட்டான்.

சில்வியின் முகம் நிமிரவில்லை. கூரிய புருவங் களுக்குக் கீழே அவளுடைய பெரிய இமைகள் உயர்ந்தன. பளபளக்கும் இரண்டு கருப்புச் சுடர்கள் அவனை வெறித்தன.

"ரூபன் கிட்ட நீ பழகுறது...கலியாணம் வர கவனமா ... அவனுக இப்போ பணக்கார..." தயங்கித் தயங்கி ... யோசித்து யோசித்து அவன் சொன்னான்.

சில்வியின் முகம் வெளிறிவிட்டது. விரல்கள் நடுங்கின. அவளால் வலை பின்ன முடியவில்லை. முகத்தைத் தூக்கி, அவள் தாசனை ஏறிட்டுப் பார்த்தாள்.

"நான் பொறாமையில சொல்லல ... ஆனா ரூபன்..."

"போல அப்பால!" அவள் ஆத்திரத்தில் கத்தினாள். வலையையும் நூலையும் சுருட்டி தாசனின் மூஞ்சியில் வீசினாள். எழுந்து ஒரு மூலைக்குப் போனாள். சுருண்டு விழுந்து முகத்தை மூடிக்கொண்டு கேவினாள்.

தாசன் சிறிது நேரம் தரையைப் பார்த்தபடி உட்கார்ந்திருந்தான். பின் தன் காலடியில் கிடந்த வலையையும், நுலையும் எடுத்து உள்ளே போட்டான். பக்கத்து வீட்டுக்காரர்கள் பார்த்துக்கொண்டு நிற்பதையும் பொருட்படுத்தாமல் எழுந்தான். தள்ளாடிய படியே கிழக்கே பார்க்க நடந்தான். வீடுகளைத் தாண்டி கிழக்கே மணல் மேட்டைத் தாண்டி, அவன் ஊரின் கல்லறைத் தோட்டத்துக்குப் போனான். சில்வருசுவின் புதிய குழியின் மேலே நின்றுகொண்டிருந்த சிலுவையைப் பிடித்துக்கொண்டு, அவன் முழங்காலிட்டான். தலையில் கை வைத்துகொண்டு சத்தமில்லாமல் அழுதான்.

15

ஊரில் ஒரே பரபரப்பு. ஆணும் பெண்ணுமாகக் கடற்கரையெங்கும் ஆள் கூட்டம். ஆச்சரியமும் திகைப்பும் நிறைந்த அவர்களின் பார்வை கடலை நோக்கித் திரும்பியிருந்தது. துடுக்கு மிக்க வாலிபர்கள் சிலர் வேட்டியையும்

சட்டையையும் கரையில் அவிழ்த்துப் போட்டுவிட்டுக் கடலுக்குள் குதித்தார்கள். அலைகளுக்கப்பால், ஆழத்தில் நங்கூரம் பாய்ச்சி, அன்னப் பறவைபோல் அசைந்துகொண்டிருந்த மிக்கேலின் எந்திரப்படகைப் பார்த்து அவர்கள் போட்டி போட்டுக்கொண்டு நீந்தினார்கள்.

மிக்கேல் வீட்டில் அன்று திருவிழா தான். அவருடைய பங்காளி ரொசாரியோ தன் குடும்பத்தோடு சொந்தக் காரில் வந்திருந்தார். அன்று அணிவதற்றென்று மிக்கேலுக்கு ரூபன் பிரத்யேகமாக வாங்கிக் கொடுத்திருந்த பொன்னிறப் பட்டு வேட்டியையும், இளநீல நிறத்தில் வெளிநாட்டு பனியனையும் அணிந்துகொண்டு மைனர்போல் திரிந்தார் அவர். தலை குளிர எண்ணெய் வைத்துச் சுருட்டை முடியைப் பின்னோக்கிச் சீவியிருந்தார். சீப்புக்குப் பழக்கப்படாத அந்தத் தலை ஒரு ஒழுங்கில்லாமல் படிந்திருந்தது.

சிறிய வீட்டில் இடமில்லாததால், விருந்தாளிகள் மிக்கேலின் வீட்டை ஒட்டி மேற்கே சவுக்குத் தோப்பினுள்ளே உட்கார்ந்திருந்தார்கள். மஞ்சள் வண்ணம் பூசப்பட்ட மூன்று பிரம்பு நாற்காலிகள் அங்கே கிடந்தன. ஒன்றில் ரொசாரியோ சாய்ந்து கிடந்தார். உயர்ரக சிகரட்டின் மணம் மிக்க புகையை அவர் ஊதிக் கொண்டிருந்தார். அவர் முன்னே இன்னொரு நாற்காலியில் ரூபன் உட்கார்ந்திருந்தான். இரத்தச் சிவப்பு நிறத்தில் ஒரு சட்டையை எடுப்பாக அணிந்திருந்தான் அவன். எந்திரப் படகுத் தொழிலின் நுணுக்கங்களைப் பற்றி அவன் சுற்றிலுமுள்ளோர் பிரமிக்கும் வண்ணம் ரொசாரியோ முதலாளியுடன் உரையாடிக்கொண்டிருந்தான்.

மூன்றாம் நாற்காலி ரொம்ப நேரமாக ஆளில்லாமல் கிடந்தது. அந்தப் பளபளக்கும் நாற்காலியில் ரொசாரியோ முதலாளிக்குச் சமதையாக உட்காருவதற்கு எளிய ஊர் ஜனங்களில் யாருக்கும் துணிச்சல் இல்லை. தத்தித் தத்தி நடந்து வந்த வால்டரின் தகப்பனார் அந்தோனிப்பிள்ளையை அதில் தாசன் வலுக்கட்டாயமாக உட்காரவைத்திருந்தான். தொந்தியும் தொப்பையு மாக அந்தத் தடித்த முதியவர், தன் கிழிந்த வேட்டியைத் தொடையில் இழுத்துவிட்டுக்கொண்டு, வீங்கிய

இமைக்குள்ளே புதைந்திருந்த பழுப்புக் கண்களால் ரொசாரியோவை ஆச்சரியமாகப் பார்த்துக் கொண்டிருந்தார். ஒரு பெரிய சவுக்கு மரத்தில் சாய்ந்து தாசன் பல் குத்திக்கொண்டு நின்றான். அவனிடம் உற்சாகமில்லை.

“எலே தாசா, எல்லோருக்கும் வெத்தல குடுத்தியா?” தாசனின் தோளில் மிக்கேல் தன் மோதிரங்களணிந்த விரல்களால் தட்டினார்.

“உம், குடுத்தேனே!” தாசன் போலியான உற்சாகத் தோடு சிரித்தான்.

மிக்கேல் ரொசாரியோவின் முகத்தைப் பூரிப்போடு பார்த்துச் சிரித்துக் கொண்டே சொன்னார்;

“ஏ ஏ...இனி நம்ம தாசன் சாதாரண ஆளா? ஸ்டீம் போட்ல மீன் பிடிக்கிரவன். டிரெயினிங் போவான்! பெறகு அவன் சமாசாரமே வேற. ஹா ஹா ஹா ஹா...! அவர் பார்வை தரையில் உட்கார்ந்திருந்த ஊர் ஜனங்கள் மீது மமதையோடு மிதந்தது.

தாசன் முறுவலித்தான்.

“ஏ சிக்ரட் பிடிக்கிறியா - வெளிநாட்டு சிக்ரட்டு - ஒரு மாசத்துக்கு வாய் மணக்கும்!” மிக்கேல் அவனிடம் கேட்டார்.

“வேண்டாம்!” அவன் மறுத்துத் தலையை ஆட்டினான்.

“ஏ...என்னலே நீ ஏன்லே ஒரு மாதிரியாயிருக்கிர?”

“ஒண்ணுமில்லியே!”

“இல்லியேலே...”

“தலை வலிக்கி அதுதான்!”

அதற்குமேல் தாசனிடம் செலவாக்க மிக்கேலுக்கு நேரமில்லை. அவர் தன் பட்டு வேட்டியைத் தூக்கிப் பிடித்துக் கொண்டே, ஆட்களை மிதித்துவிடாமல் கவனமாக நடந்து, ரொசாரியோவிடம் போனார். அவர் உட்கார நாற்காலி இல்லை. ரூபன் லேசான முகச் சுளிப்போடு கிழவர் அந்தோனிப் பிள்ளையின் பக்கம் திரும்பினான். அவனுடைய முகக் குறிப்பைக்

கிழவர் புரிந்துகொள்ளவில்லை. ரூபன் எழுந்து தன் நாற்காலியைத் தகப்பனுக்குக் கொடுத்தான். அந்தோனிப் பிள்ளையின் பக்கம் நெருங்கி,

"மாமா, பாயில இரு மேன்" என்றான்.

கிழவர் திருதிருவென முழித்தார். நாற்காலியின் கைப்பிடிகளைப் பிடித்துக்கொண்டு சிரமத்தோடு எழுந்து தரையில் உட்கார்ந்தார். ரூபன் அந்த நாற்காலியில் கம்பீரமாக உட்கார்ந்து தன் உரையாடலைத் தொடர்ந்தான்.

தாசனுக்கு அங்கே நிற்கவே பிடிக்கவில்லை. தலையைத் தொங்கப் போட்டுக்கொண்டே வெளியே வந்தான். கடலைப் பார்க்க உட்கார்ந்து, மணலில் ஒரு குச்சியால் ரூபி என்று எழுதினான். அழித்தான் .... மீண்டும் எழுதினான்.

வீட்டினுள்ளே பெண்கள் கூடியிருந்தார்கள். எல்லாருக்கும் நடுவில், நாற்காலியில், ரொசாரியோவின் மனைவி ஒரு வெள்ளை யானைபோல் உட்கார்ந்திருந்தார். விலையுயர்ந்த அரக்கு நிறப் பட்டுச் சேலையும், அதே நிறத்தில் ரவிக்கையும் அணிந்திருந்தார். பெரிய கொண்டையிட்டு மல்லிகைப்பூ சுற்றியிருந்தார். கழுத்து நிறையத் தங்க வடங்களும், அட்டிகைகளும் கிடந்தன. கொழுத்த வட்டமான முகத்தில் பூசிய பவுடர் வியர்வையில் கரைந்து திட்டுத்திட்டாகத் தெரிந்தது. சுற்றிலும் நின்று, தன்னை ஆச்சரியத்தோடு பார்க்கும் ஏழை முகங்களைக் காணக் காண அவருக்கு அருவருப்பு உணர்வே மேலோங்கிற்று. இது எங்க மாமி, இது எங்க ஆத்தா, இது எங்க சித்தி என்று மேரி மகள் சூசனா அவர்களை அறிமுகப் படுத்துவதைச் சகிக்க முடியாமல் அவள் பெருமூச்சு விட்டாள்.

அந்தக் கூட்டத்தில் நசுங்கி, சில்வி ஒரு மூலையில் நின்றுகொண்டிருந்தாள். அவள் வாடிய பூவைப் போல் தோன்றினாள். மேரியாவது , சூசனாவாவது, தன்னை அருகே அழைப்பாள், விருந்தினர்களுக்கு அறிமுகம் செய்து வைப்பாள், என்று அவள் எதிர்பார்த்தாள். ஆனால் யாரும் அவளைச் சீண்டவில்லை. அவமானத்தால் அவள் எரிந்தாள். அடுக்களையிலிருந்து வெளியே வந்த சூசனாவைப் பெயர் சொல்லி அழைத்தாள். அவளோ, 'எ, பொறுடீ, விருந்தாளக் கவனிச்சிட்டு, என்று சொல்லிவிட்டு விருந்தினரை வளைய

வந்தாள். ரூபனை மட்டும் கண்டுவிட்டால்- என்று அவள் ஏக்கத்தோடு கண்களைச் சுழற்றினாள். அவன் எங்குமே இல்லை. எல்லோருமே தன்னை அவமானப் படுத்துவது போல - தன்னைக் கேலியாய்ப் பார்த்துச் சிரிப்பது போல - ஒரு பொறுக்க முடியாத உணர்வு அவளைச் சித்திரவதை செய்தது. வெளியே ஓடிவிடவேண்டும் என்று எத்தனிப்பாள். ஒருவேளை அந்த நேரத்தில் பார்த்து அவர்கள் தன்னைத் தேடினாலோ என்று தயங்குவாள். உதட்டைக் கடித்து விம்மலை விழுங்கிக்கொண்டு, உள்ளுக்குள் பொருமிக் கொண்டு, அவள் சூடிக் கழிக்கப்பட்ட மலர்போல் சீண்டுவாரற்று நின்றுகொண்டிருந்தாள்.

16

"ஏ...ஏன் கெடந்து அழுவுற...என்ன நடந்து போச்சு?"

தன் முன்னே மணலில் கவிழ்ந்து கிடந்து விம்மும் சில்வியின் முகத்தை நிமிர்த்த முயன்றுகொண்டிருந்தான் ரூபன். அவனுக்கு எரிச்சலாகவும் இருந்தது, வருத்தமாகவும் இருந்தது, பரிதாபமாகவும் இருந்தது. படக்கெனச் சில சாமான்கள் வாங்குவதற்காகச் சாயங்காலம் டவுனுக்குப் போன அவன் இரவு கடைசி பஸ்ஸைக் கோட்டை விட்டுவிட்டான். ஆனாலும் இவளைச் சந்திக்க வேண்டுமென்பதற்காகவே முப்பது ரூபாய் கொடுத்து ஒரு டாக்சியில் ஊர் வந்தான். இங்கேயோ, அவள் தன் கண்ணீரால் அவனுடைய கனவுகளை அழித்துக்கொண்டிருக்கிறாள்.

"சரியம்மா, நான் போறேன்!"

"போங்க, போங்க, ரொசாரியோ மககிட்ட போங்க. அவருக்கு ஆண் வாரிசு இல்ல... வீட்டுக்கு மாப்பிள்ளையாப் போங்க. சும்மா திரிஞ்ச என் மனசில ஆசைய மூட்டி, நாசமாக்கி ... இனி ... இனி ... ஏ அப்பா, அப்பா ..." சில்வி தலையிலடித்துக்கொண்டு கேவினாள்.

வானம் இருண்டிருந்தது. நட்சத்திரங்களில் ஒளி இல்லை. முணுமுணுக்கும் வாய்க்காலின் மறுகரையில், தென்னை மரங்கள் நெடிய புகைச் சித்திரங்கள் போல் அசையாமல் நின்றன. மணல் திட்டுக்கு அப்பால், கடல் எப்போதோ உள்ள வேதனையை அரற்றிப் புலம்பிக் கொண்டிருந்தது.

"அட சந்தேகப் பிசாசே, சந்தேகப் பிசாசே! ரொசாரியோ முதலாளிக்கு அப்படி ஆச இருக்கலாம். ஆனா நானில்லியா அத முடிவு செய்யணும்! என்ன நம்பு!" என்று இரந்தான்.

சில்வி சடாரென்று எந்திரிச்சி உட்கார்ந்தாள்.

"நம்பாமலா இவ்வளவும் நடந்திருக்கு!" என்று குத்தலாகச் சொல்லி தன் கன்னத்திலிருந்த அவன் கையை எடுத்துத் தன் வயிற்றில் வைத்து அழுத்தினாள்.

ரூபனுக்கு விஷயம் புரிந்துவிட்டது. அவன் மனம் பதறியது. கையை மெதுவாக உருவி எடுக்க முயன்றான். அவள் அதைப் புரிந்துகொண்டதுபோல, அவன் கையை மேலும் தன் வயிற்றில் வைத்து அழுத்தினாள்.

"நேத்து எங்க பாட்டி ஒங்க அம்மகிட்ட போயி நம்ம கலியாணத்தப் பத்திப் பேசினாளாம்..." என்று தொடங்கினாள் சில்வி.

அவனுக்கு உடம்பு எரிந்தது. முகம் குப்பென்று வியர்த்தது. இயல்பாயிருப்பதற்காக அவன் முயற்சித்தான். 'உம்' சொல்லக்கூட முடியாமல் தொண்டை கட்டிக் கொண்டது.

"...ஒங்க அம்ம எங்க பாட்டிகிட்ட மொகங் கொடுத்தும் பேசலியாம். கலியாணத்துக்கு நாள் பிந்து முன்னாகளாம். அப்படி அவசரம்ன்னா குடுத்த பணத்தத் தந்திரலாம். வேற சம்மந்தம் பாருங்கண்ணாகளாம். அப்போ என் கதி?"

அவன் கையை விட்டுவிட்டு,அவள் மணலை அளைந்தாள். சற்றுத் திணறிய குரலில் அவன் சொன்னான்:

"ஒன்னத்தான் நான் கட்டுவேன். இந்தக் கடலம்ம சத்தியமா! ஆனா நான் இப்போ மருந்து வாங்கித் தாறேன். இத அழிச்சிருவோம்!"

"ஆக்குரதும் அழிச்சிரதும்... எல்லாமே ஒங்களுக்கு ஒரு வெளையாட்டு" அவள் பொருமினாள். "போன மாசம் ரீத்தாளுக்கும் அம்பு ரோசுக்கும் கலியாணம் நடந்ததே.. அவளுக்கு மூணு மாசமுண்ணு ஊருக்குத் தெரியாமலா இருந்தது. பிடிச்சி வச்சித் தாலி கட்டினாகல்லியா...! நம்மையும் அதுபோல் சாமியார் கிட்ட சொல்லி...செய்த பாவத்துக்கு கோயிலில் சிலுவ சொமப்போம்!"

"ஏ...இவ யாருல!" ரூபன் எரிச்சலடைந்தான். "அம்புராசோட தகப்பன் ஊரான் கட்டுமரத்தில கூலிக்கி மீன் பிடிக்கப் போறவன் - சாமியார் சொல்லுக்குக் கட்டுப்பட்டான். எங்க அப்பா எப்படிக் கட்டுப்படுவாரு?"

"ஏன் கட்டுப்பட மாட்டாரு?" நல்ல பாம்பு சீறுவதைப் போல் அவள் சீறினாள்.

"கத்தாதே" ரூபன் சில்வியை அதட்டினான். "மிசின் போட் முதலாளின்னா நீ சல்லிசா நெனச்சிக்கிட்டியா! சாமியாரே இனி எங்க அப்பா சொல்படிதான் கேக்கணும்! அதெல்லாம் இருக்கட்டு - விசயத்தக் கேளு: இந்த எந்திரப்படகு ரொசாரியோவுக்கும் எனக்கும் பங்கு. இன்னும் ஆறு மாசத்தில அவர ஒதுக்கிட்டுத் தனியாயிருவேன். அதுவர பொறு. இந்தத் தடவை மட்டும் கலைச்சிரு.

சில்வி வாரிச் சுருட்டிக்கொண்டு எழுந்தாள். கலைந்திருந்த ஆடையைச் சரி செய்தாள். அவனை விட்டு விலகி நடந்தாள். தாளம் புத்ரைச் சுற்றிப் பறந்து கொண்டிருந்த மின்மினிகளில் ஒன்று அவள் தலையில் விழுந்தது. இரண்டு முறை பிரகாசமாக மின்னிவிட்டு திரும்பப் பறந்து தன் கூட்டத்தோடு சேர்ந்துகொண்டது.

17

தாசன் பிரம்மித்துப் போனான். இப்படிப்பட்ட ஒரு சாப்பாட்டை அவன் தன் வாழ்நாளில் இதுவரை கண்டதே இல்லை. அகலமான பீங்கான் தட்டுகளில் கோபுரம் போலச் சோறு குவித்து வைக்கப்பட்டிருந்தது. அதன் மேலே வாசம் மிக்க மீன் குழம்பு. சிறிய பீங்கான் தட்டுகளில் பொரித்தும் அவித்தும் பக்குவப்படுத்தப் பட்ட மீன் துண்டுகள். கடைசியாக மேரி இரண்டு உயரமான கண்ணாடித் தம்ளர்களில் விளிம்பு வரை இரத்தம் போல ஒரு வகை மது ஊற்றியபோது, அவன் வாயைப் பிளந்து விட்டான். ஒரு தம்ளரை தன் கணவன் முன்னே வைத்து விட்டு, மேரி மறு தம்ளரை தாசன் முன்னே வைத்தார்.

மிக்கேல் வழக்கம்போல் தம்ளரை ஒரே மூச்சில் காலி செய்தார். தம்ளரைக் கீழே வைத்துவிட்டு ஒரு துண்டு மீனை

வாயில் போட்டுச் சுவைத்தார். தாசனை ஓரப்பார்வை பார்த்துவிட்டு,

"ஏ, 'சாப்பிடு!" என்றார் உரிமையோடு.

தாசன் மதுக் கிண்ணத்தைக் கையில் எடுத்தான். உதட்டில் வைத்து லேசாக நக்கினான். அதன் விறுவிறுப்பு மின்சாரம் போல உடம்பு முழுவதும் பரவிற்று.

"எங்கிருந்து கிடைச்சது?" பிரமிப்போடு அவன் மிக்கேல் பக்கம் திரும்பினான்.

"வெளிநாட்டுச் சரக்கு!" மிக்கேல் உதடுகளை நக்கினார். ஒரு பெரிய கவளம் சோற்றை உருட்டினார். "ஒனக்குன்னே வாங்கினேன்."

தாசன் கண்களை மூடிக்கொண்டே மதுவைப் பருகினான்.

சமீப காலமாக தாசனின் மதிப்பு ஊரில் மிகவும் உயர்ந்துவிட்டது. ஒரு காலத்தில் அவனைத் துரத்தியடித்த தகப்பனார், இப்போது அவனை வீட்டோடு சேர்ந்து இருக்கச் சொல்லித் தூதனுப்பிக்கொண்டிருந்தார். அவனை விளக்குமாற்றால் மொத்திய அவனுடைய சித்தி அவனை வழியே கண்டபோதெல்லாம் பல்லைக் காட்டினார். வாரத்தில் இரண்டு நாளாவது தாசன் மிக்கேலின் போட்டில் கடலுக்குப் போனான். கிடைப்பதில் மூன்றில் ஒரு பங்கு போட்டுக்கு. மீதியில் பாதி போட்டிரைவருக்கு. மீதியாயிருப்பதை நான்கு பங்கு வைத்து அதில் ஒரு பங்கு தாசனுக்கு. இந்த நாலிலொன்றே அனேகமாக இருபத்தைந்துக்கும் இருநூற்றம்பதுக்கும் இடையில் இருக்கும். ஆகவே அவன் இப்போது ஊரில் ஒரு முக்கியமான ஆள்.

தாசனின் காலி தம்ளரில் மேரி மதுவை மீண்டும் நிரப்பினார். தட்டில் இன்னும் கொஞ்சம் பொரித்த மீன் வைத்தார். சோற்றில் வேறொரு வகையான எரிப்புக் குழம்பு விட்டார். போதும் போதும் என்று தாசன் கெஞ்சியதை அவர் பொருட்படுத்தவே இல்லை.

உப்பிய வயிறும், வட்டக் கன்னங்களும், தலையில் அந்தோணியார் மொட்டையுமாக வின்செண்டு வீட்டினுள்ளே பாய்ந்தான். ஈரமான நிக்கரில் கையைத் துடைத்துவிட்டு தாசனின் பிளேட்டில் குனிந்தான். ஒரு மீன் துண்டை எடுத்து வாயில் அமுக்கினான். இரண்டு கைகளிலும் இரண்டு துண்டு எடுத்தான். வெளியே ஓடினான்.

மேரிக்குச் சிரிப்புத் தாங்கவில்லை.

"பயலுக்கு நல்ல சாதகம், அவனுக்குப் பதினெட்டு வயசாகும்போ நாங்க கோடீஸ்வரனாயிருவோம்" என்றார் மிகவும் காரியமான குரலில். அவர் முகத்தில் ஒரு பிடிபடாத பெருமை.

"கடல்ல செல்வம் கிடக்கு. கரையேத்த போட்டு இருக்கு. நீங்க ஏன் கோடீஸ்வரனாக மாட்டீக? என்றான் தாசன் கிண்டலாக. இந்த வார்த்தைகளைச் சொல்லும்போது அவனுக்கு சுருட்டைத் தலை சைமனின் ஞாபகம் வந்தது. கட்டுமரத் தொழிலாளிதான் அவன். ஆனால் உலக அறிவு மிகுந்தவன். ஓய்வு நாட்களில் அவன், வால்டர், கமலூசு, போன்றோருடன் தாசனின் குடிலுக்கு வருவான். அவர்கள் பல்வேறு விசயங்களைக் பேசுவார்கள்.

அவன் மிக்கேலோட எந்திரப்படக எந்திரப் படகுன்னு சொல்ல மாட்டான்-மொதலாளித்துவத்தோட மிதக்கும் வேரும்பான்.

சாப்பாடு முடிந்ததும் மிக்கேலும், தாசனும் சவுக்குத் தோப்புக்கு வந்தார்கள். கடற்காற்றில் தோப்பு இரைந்துகொண்டிருந்தது. சாய்வதற்கு வசதியான ஒரு இடத்தில் துண்டை விரித்து தாசன் உட்கார்ந்தான். ஒரு காலை மடக்கி மறுகாலை அதன் மேலே போட்டு லேசாக ஆட்டியபடி சவுக்குகளின் பாடலைக் கேட்டான். திடீரென்று அவனுக்கு ஒரு ஆசை. சில்விய ரூபனுக்குக் கட்டி வைக்கச் சொன்னா என்ன? இவ்வளவு அன்பா இருக்காரே, சொல்லிப் பார்ப்போமா?

உதட்டைக் குவித்து வெற்றிலைச் சாறைத் துப்பிவிட்டு, தாசனின் அருகே நகர்ந்தார் மிக்கேல்.

"ஏல தாசா?"

"உம்"

"ஒரு ஒதவி ... செய்வியால?

தாசனுக்குச் சந்தோசம். அவர் கேக்கிறத நாம செய்வோம். நாம கேக்கிறத அவர் செய்யட்டும் என்ற நம்பிக்கை; "உமருக்கில்லாத உதவியா!" என்றான்.

"சொன்ன பிறகு மறுக்கப்படாது!"

"அப்படி என்ன இழவு ஒதவி?" தாசன் அலட்சியமாகச் சிரித்தான். ஏப்பம் விட்டான், பிராந்தி வாசம்!

மிக்கேல் இன்னும் கொஞ்சம் தாசனின் அருகே நகர்ந்தார். தாசனின் தோளில் கையைப் போட்டு அவன் முகத்தருகே குனிந்தார்.

"எலே சில்விய நீ கட்டிக்கவேன்"

"என்னது?" பாம்பை மிதிச்சவன்போல தாசன் துள்ளி எழுந்தான்.

"இரு இரு, சொல்ரேன்!" மிக்கேல் தாசனின் கைகளைப் பிடித்து உட்கார வைத்தார். "அவ தகப்பன் குடுத்த ஐயாயிரம் ரூபாயையும் ஒனக்கே தந்திர்ரேன்! எப்போதும்போல என் போட்டுல வேலையும் தாரேன். மறுக்காத ராசா..."

தாசன் தன் கையை உதறிக்கொண்டு திரும்பவும் எழுந்தான். "அந்தத் தேவடி..." வாக்கியத்தை முடிக்காமல் பல்லைக் கடித்தான். மிக்கேலின் வேசைத்தனமான முகத்தில் ஓங்கி அறைய வேண்டும் போலிருந்தது.

"ஏன், ரூபனுக்குக் கட்டி வைக்கப்படாது?" அவன் கோபத்தோடு கேட்டான்.

"ரொசாரியோ மொதலாளி தன் பொண்ணக் குடுத்து அவனத் தன் வீட்டோட மாப்பிள்ளையா வச்சிக்கிடப் போறாராம்!"

"அதுக்காக, ஒருத்தன் பிள்ளைக்கு இன்னொருத்தன் தகப்பனாகிறதா?" அவன் கூச்சலிட்டான். உமிழ்நீரைக் கூட்டி தூவென்று துப்பிவிட்டு தோப்பைவிட்டு வெளியேறினான்.

18

இரவு ஊர் அடங்கின நேரம்.

"புள்ள வளத்திருக்கிற லச்சணத்தில அழுக வேறேயா - நட கெழவீ!" உறுமிக்கொண்டே கிழவி ஆகத்தாளை முன்னே தள்ளினான் தாசன். தள்ளாடி விழப்போன அவரை வால்டர் பிடித்துக்கொண்டான்.

"அவளப்போட்டு நெருக்குரியே, அவளா இப்பிடிச் செய்யச் சொன்னா?" அவன் தாசனை முறைத்தான்.

நாலாம் பிறையின் ஒளி படிந்துகிடக்கிற ஈர மண்ணில் அவர்களின் பாதங்கள் புதைந்தன. அடிக்கொரு தரம் அலைவிளிம்புகள் ஊர்ந்து அவர்கள் சுவடுகளை அழித்தன. இடப்புறம் சீறுகின்ற கடல். வலப்புறம் தூங்குகின்ற குடில்கள். ஒரு கட்டுமரத்தின் அருகே, விளையாட்டுச் சண்டையிட்டுக் கொண்டிருந்த இரண்டு நாய்கள் இவர்களைக் கண்டு ஸ்தம்பித்து நின்றன.

அவர்கள் ரூபன் வீட்டுக்குப் போய்க் கொண்டிருந்தார்கள். மிக்கேலிடம் நியாயம் கிடைக்க வில்லையானால், ரூபனைப் பிடித்துக்கொண்டு வந்து சில்வியின் கழுத்தில் பலவந்தமாகத் தாலி கட்ட வைப்பது: - இதுதான் அவர்கள் திட்டம்.

ஏற்கெனவே ஊரில் பல விரோதிகளைச் சம்பாதித்துக் கொண்டிருந்த பங்குச் சாமியார், இதிலும் தலையிட்டுத் தன் நிலையை மேலும் பலவீனப்படுத்திக் கொள்ள விரும்பவில்லை. தொன்று தொட்டுவரும் வழக்கப்படி இவர்களைக் கோயில் பலி பீடத்தின் முன்னே நிறுத்தி, பூசை முடியும்வரை சிலுவை சுமக்கும் தண்டனை கொடுத்துத் திருமணம் செய்து வைக்கலாம். சாமியார் இதைச் செய்யவில்லை. ஊரார் முயற்சியில் இப்படி ஒன்று நடந்துவிடலாம் என்ற சந்தேகத்தில், மிக்கேல் தன் மகனை ரொசாரியோ முதலாளியின் ஊருக்கே நாளை காலையில் அனுப்பிவிடப் போகிறார் என்று ஒரு சேதி ஊரில் அடிபடுகிறது. அதற்குள் காரியம் முடியவேண்டும். அதன் பிறகு சில்வியுடன் ரூபன் வாழாவிட்டாலும் பரவாயில்லை. பிறக்கும் பிள்ளைக்குத் தகப்பன் இவன்தான் என்பது உறுதிப்பட்டுப் போகும்.

முன்னே கிழவி-பின்னே ஒரு சிறு இளைஞர் கூட்டம். மாதாவே....மாதாவே....என்ற கிழவியின் தாழ்ந்த புலம்பல் அவர்களைக் கட்டி இழுத்துச் செல்லுவது போல் தோன்றியது.

"ஹம்! எத்தன கல்யாணம் நம்ம கண்முன்ன நடந்திருக்கு! கர்ப்பமாயி, ஊரார் கண்டுபிடிச்சி, இழுத்துட்டு வந்து கோயில்ல நிறுத்திச் சிலுவை சுமக்க வச்சி... ஊரார் கேலிபண்ணி... இன்னிக்கி இந்த அற்பப்பய மிக்கேல ஊரால கட்டுப்படுத்த ஏலல்லியே.....! வால்டர் தன் பொங்கி நிற்கும் சுருட்டைத் தலையைத் தடவியபடி பெருமூச்சு விட்டான்.

அது, எல்லாவனும் கட்டுமரத்தில மீன் பிடிக்கிற போது! இன்னிக்கி மிசின் போட்டு வந்த பிறகு....?" சைமன் வருத்தத்தோடு இழுத்தான்.

"மனுச சக்தி?" வால்டர் கேட்டான்.

"மண்ணாங்கட்டி - எட்டிப் போங்கலே!" தாசன் உறுமினான்.

மிக்கேலின் வீடு தென்பட்டதும், அவர்கள் தயங்கினார்கள். ஒருவேளை மிக்கேல் இதை அறிந்து கொண்டானோ என்னவோ. வழக்கமாக அவன் முற்றத்தில் தெரியும் மின்னொளி இல்லை. வீட்டிலுள்ளேயும் விளக்கு இல்லை. முற்றத்தில் ஆட்கள் உட்கார்ந்திருப்பது போல .... பீடிக் கனல்கள் மினுங்குகின்றன.

சிலர் தயங்கினார்கள்.

"போவோம்; எதுவந்தாலும் சரி!" தாசன் ஆவேசத்தோடு கிசுகிசுத்தான்.

"பொறுலே, சுமலூசும் வரட்டும்!" என்றான் சைமன்.

"பண்ணிக்கிப் பொறந்த பய எங்கல போயிருக்கான்?" சூசை கேட்டான்.

"பயமாயிருக்குன்னு சாராயங் குடிக்கப் போயிருக்கான்!" என்றான் சைமன்.

கிழவி ஜீவனில்லாமல் தள்ளாடினார். மாதாவே! என்று புலம்பிக்கொண்டே மண்ணில் விழுந்தார். அவர் புலம்பல் அலையோசையில் அமுங்கிப் போயிற்று.

குடிசைப் பகுதியில் நாய்கள் குரைத்தன. கமலூசின் குச்சு உருவம் தூக்கி எறியப்பட்ட ஒரு விளக்குமாற்றுக் கட்டைபோலப் பாய்ந்து வந்து தாசன் மீது விழுந்தது.

“என்னலே-என்ன விசியம்?” தாசன் அவன் தோள்களைப் பிடித்து உலுக்கினான்.

“எலே போயிட்டான்!” கமலூசு மூச்சிரைத்தான்.

“ஆ?”

“பத்து நிமிசத்துக்கு முன்னதான்.....ஒரு டாக்சியில . . . கடைக்காரன் சொன்னான்!”

“தப்பிட்டானா!” சைமன் ஏமாற்றத்தோடு இரைந்தான்.

தாசன் ஆத்திரத்தால் பற்களைக் கடித்தான். வேட்டியை இறுக்கித் தலைத் துண்டை அதன்மீது சுற்றினான். தன்னைப் பிடித்த கைகளை இழுத்துக் கொண்டே அவன் மிக்கேல் வீட்டுக்கு ஓடினான்.

மிக்கேலின் முற்றத்தில் குந்தியிருந்த உருவங்கள் கம்பிச் சுருள்கள்போல் நிமிர்ந்தன.

19

படு பயங்கரமான கடலடி. வெறிகொண்ட பேரலைகளின் நுரைத் தலைகள் கரையை இடித்து மண்ணைக் குடைந்தன. கடுமையான மணல் அரிப்பு. திரை மோதும் கடலின் ஈரக் கரைக்கும், குடில்கள் வாழும் உலர்ந்த கரைக்கும் இடையே பத்தடி செங்குத்துப்பள்ளம். கரையோரமாயிருந்த நான்கு குடில்கள் இரவிலேயே இடிந்து கடலுக்குள் விழுந்தன. அவற்றின் கூரைகளை மீனவர்கள் மேற்கே சவுக்குத் தோப்புக்கு அப்பால் கரைக்கு இழுத்தார்கள். இடியும் விளிம்பில் குதித்து மண்ணோடு வழுகிக் கடலில் விழுவதும், திரும்ப மேலே ஏற முயலுவதும், சிறுவர்களுக்கு உற்சாகமான விளையாட்டு.

தாசனும், வால்டரும், சைமனும், சூசையும் மரம் தள்ளிக் கொண்டிருந்தார்கள். அன்று இரவு மிக்கேலோடு மோதிக் கொண்டபிறகு, தாசன் எந்திரப் படகில் மீன் பிடிக்கப்

போகவில்லை. இந்த இளைஞர்களோடு சேர்ந்து கொண்டான். ஆனால், இந்த பயங்கரமான கடலடியில் இரண்டு நாளாகக் கடலில் இறங்கவே முடியவில்லை.

அதிகாலை நாலு மணியிலிருந்தே அவர்கள் மரம் தள்ளினார்கள். குழந்தைகள் கருவாட்டை வீசுவதுபோல கட்டுமரத்தைத் திரைமடக்கு வீசி எறிந்தது. ஊரின் கிழக்குப் பக்கம் மரத்தை இறக்கிய அவர்கள் மரத்தைத் தள்ளித் தள்ளி மேற்குப் பக்கம் வந்துவிட்டார்கள். நல்ல பசி. வால்டரும், சைமனும், தங்கள் வீடுகளுக்குத் திரும்பவும் கஞ்சி குடிக்கப் போனார்கள். சூசைக்கு மிகவும் சோர்வு, கள் குடித்தால்தான் இனி மரத்தைத் தொட முடியும். அவன் கள்ளுக்கடைக்குப் போனான். தாசனையும் அவன் கூப்பிட்டான். தாசன் போகவில்லை.

நன்கு விடிந்து, வெதுவெதுப்பான சூரிய ஒளி தாசனின் முதுகில் விழுந்தது. தாசன் சுருட்டைப் புகைத்தவாறு கரையில் கால்களை நீட்டி உட்கார்ந்திருந்தான். அவன் பார்வை கோரத் தாண்டவமாடும் அலைகளின்மீது பதிந்திருந்தது. ஆகாயத்தை நோக்கி உயர்ந்த ஒரு அலையின் நுனியில் காற்று மோதித் திவலைகள் சிதறியபோது அதன் மேலே வானவில் பளிச்சிட்டது. அலைகளின் மோதலால் கரை மேலும் மேலும் இடிந்தது. திரைகளுக்கு அப்பால் மிக்கேலின் எந்திர போட்டு நங்கூரம் பாய்ச்சி, ஒரு பச்சை அன்னம் போல மிதந்துகொண்டிருந்தது. அதற்கு மட்டும் அலையும் பிரச்சினையில்லை. திரையும் பிரச்சினையில்லை.

கடலில் மீன்பாடு இல்லை. கடல்புறத்தில் பஞ்சமும், பசியும், நோயும் பரவின. இறால் மீன் கிடைத்த காலத்தில் அவசியமாகவும் அனாவசியமாகவும் வாங்கப்பட்ட ரேடியோ முதல் நிலைக்கண்ணாடி வரையிலான பொருட்களெல்லாம் பக்கத்து ஊர்களில் அரிசிக்கும் கிழங்குக்கும் கை மாறின. உண்ணும் கலங்களைக் கூட அனேகம் பேர் அடமானம் வைத்துத் தின்றுவிட்டார்கள். வாடி வதங்கிய ஜனங்கள் திண்ணையில் குந்தி பெருமூச்செறிந்தார்கள். பசி பொறுக்க இயலாத சிலர் மண்ணைக்குவித்து அதன் மீது வயிற்றைக் கவிழ்த்துக் கொண்டு வெட்ட வெளியில் கிடந்தார்கள். கவனிப்பாரற்ற சிறுவர்கள்

பெற்றோருக்குத் தெரியாமல் உள் நாட்டுக் கிராமப்புறங்ளில் கல்யாண வீடுகளை மோப்பம் பிடித்தவாறு அலைந்தார்கள்.

இந்தப் பஞ்சம் பாதிக்கப்படாத ஒரு சில குடும்பங்களில் முக்கியமானது மிக்கேல் குடும்பம். சாயங்காலம் ஐந்துமணிக்கெல்லாம் அவர் அடுக்களைக் கூரையில் புகை கசிந்து பரவத் தொடங்கிவிடும். இரவு வெகு நேரம் வரை அவர் முற்றத்தில் அவர் பிள்ளைகள் விளையாடினார்கள். அவர் வீட்டு ரேடியோ எந்நேரமும் பாடிக்கொண்டேயிருந்தது. இப்படிச் சாப்பிடவும் சந்தோஷமாக இருக்கவும் அவரால் எப்படி முடிகிறது? மலையிலிருந்து ஒரு மந்திரவாதியைக் கொண்டு வந்து மிக்கேல் கடலைக் கட்டி விட்டார் என்றும், இனி அவருடைய எந்திரப் படகைத் தவிர கட்டுமரம் எதிலும் மீன் பிடிபடாது என்றும் ஒரு பயம் ஜனங்களிடையே பரவியது.

கடற்கரை வெறிச்சோடிக் கிடந்தது. கட்டு மரங்களைத் தள்ள முடியாமல் சோர்ந்த மீனவர்கள், அவற்றைக் கரைக்கு ஒதுக்கிவிட்டு வீடுகளுக்குப் போனார்கள். தூரத்தில் இரண்டு மரத்துக்காரர்கள் மட்டும் கடலோடு போராடிக்கொண்டிருந்தார்கள். பசிமிகுந்த நாய்கள் திரை விளிம்புகளிடையே மோப்பம் பிடித்தவாறு அலைந்தன. செம்பருந்து ஒன்று திரையில் பாய்ந்து ஏதோ ஒன்றை விரல்களால் பற்றிக்கொண்டு உயர்ந்தது. சிறிது தூரம் பறந்ததும் அது தலையைக் குனிந்து பார்த்துவிட்டு விரல்களிலிருந்த மரக்கட்டையை ஏமாற்றத்தோடு கீழே போட்டது. ஒரு கூட்டம் கடற்பன்றிகள் திரைமடக்கை ஒட்டிக் கடலுக்குள் குட்டிக்கரணம் போட்டவாறு மேற்கு நோக்கி நீந்திக்கொண்டிருந்தன.

திடீரென்று ஒரு ராட்சச அலை தாசனின் மீது மோதி, அவனைக் கரையில் வீசியது. கட்டுமரத்தையும் துளவைக் கோல்களையும் அது கடலினுள் இழுத்தது. தாசன் கடலுக்குள் ஓடி துளவைக் கோல்களைப் பிடித்து வெளியே எறிந்தான். மரத்தின் கொம்புகளைப் பிடித்துக் கரைக்கு இழுத்தான். இன்னொரு அலை மரத்தை அவன் கையிலிருந்து பிடுங்கி இழுத்தது. தாசன் மரத்தைப் பிடித்து முரட்டுத்தனமாகக் கரைக்கு இழுத்தான். ஒரு துடுப்புக் கோலைக் கையில் எடுத்தான். கீழ்ப்படியாத மாட்டை அடிப்பது போல மரத்தைத் துடுப்புக் கோலால் ஓங்கி ஓங்கி அடித்தான். அந்த மூங்கில் கட்டை

இரண்டாக ஒடிந்தது. அலையில் அதை வீசிவிட்டு, அவன் வலையை அள்ளித் தோளில் போட்டுக்கொண்டு, இடிந்து விழும் உயர்ந்த கரையில் சிரமப்பட்டு ஏறித் தன் குடிசைக்கு வந்தான். வலையைத் திண்ணையில் எறிந்தான். முற்றத்தில் கவிழ்ந்து விழுந்தான். பிடிபட்டுக் கரையில் கிடக்கும் சுறா மீனின் செவுள்களைப் போல அவன் முதுகு உயர்ந்து உயர்ந்து தாழ்ந்தது.

20

கமலூசு கையில் ஒரு நாளிதழுடன் தாசனை நோக்கி ஓடி வந்தான்.

“எலே தாசா, எந்திரிலே - இது என்ன இழவு!” அவன் தாசனின் முதுகில் மிதித்தான்.

தாசன் பதில் சொல்லவில்லை.

“எலே...ஆலப்புழ ஏசண்டுகிட்ட சொல்லி கடன் வாங்கித் தாரேன். எந்திரிலே! கடனைத் தீக்கிறது வர மீனை அவருக்குக் குடு - இவ்வளவுதானே - இதுக்குப் போயி இப்பிடிக் கிடக்குரியே!”

“போலே - நாயே!” தாசன் சீறினான். கமலூசைக் காலால் மிதித்தான்.

வால்டரும், சைமனும், சூசையும் திரும்பி வந்தார்கள். வால்டர் கையில் ஒரு பொட்டலம் இருந்தது.

“எலே தாசா, இன்னா தின்னுலே” அவனும் தாசனைக் காலால் மிதித்தான்.

தாசன் அசையவில்லை.

சைமனும், வால்டரும் அவனைத் தூக்கி நிறுத்தி, வீட்டுக்குத் தள்ளிக்கொண்டு போனார்கள். அவனை உட்கார வைத்து, தோசைப் பொட்டலத்தை அவன் கையில் திணித்துவிட்டு வெளியே வந்தார்கள்.

கமலூசு தன் கையிலிருந்த நாளிதழை விரித்து நண்பர்களின் முன்னே படிக்கத் தொடங்கினான்.

"எலே - பாருங்க, பேப்பர்ல நம்ப பேரெல்லாம் போட்டிருக்கு!" சந்தோசம் தாங்காமல் அவன் கூச்சலிட்டான்.

"நம்ம பேரா - அதை எவன்ல பேப்பர்ல போடப் போறான்?" சைமன் அதிசய உணர்வோடு பேப்பர் பக்கம் தலையைச் சாய்த்தான்.

"இதா பாருல, மடையா" - கமலூசு சிரித்தான். "என் பேரு கெடக்கா. இதா வால்டர் பேரு, தாசன் பேரு, சூசை பேரு... தொம்மாயி, மரியான் ... எல்லா பேரும் கெடக்கு பாரு."

சைமன் பேப்பரை நன்றாக விரித்துப் பிடித்துப் படித்தான். முன் விரோதம் காரணமாக, கொலை செய்யும் நோக்கத்தோடு, அவர்கள் மிக்கேலை அடித்ததாகவும், அவன் வீட்டைக் கொள்ளையிட்டதாகவும், அதுபற்றி போலீசு ஒரு வழக்கு பதிவு செய்திருப்பதாகவும் எதிரிகள் கைது செய்யப்பட்டு ஜாமினில் விடப்பட்டிருப்பதாகவும் பேப்பரில் கிடந்தது. சில்வி விவகாரம் பற்றி ஒரு வார்த்தை கூட இல்லை.

"த்தூ!" வால்டர் பேப்பரில் காறித்துப்பினான். கமலூசின் முகம் சுண்டிவிட்டது. புண்பட்ட குரலில் அவன் சொன்னான்: "போடா மடையா, இப்படித்தான் மொதல்ல பேப்பர்ல வரும். இப்பிடிப் பிரபலமாகி, பிறகு நாம எல்லாருக்கும் தெரிஞ்சவரா ஆயிருவோம். ஒலகமெல்லாம் நம்ம மதிக்கும். எம்மெல்லே ஆகலாம். மந்திரியாகலாம்....."

சைமன் வயிற்றைப் பிடித்துக்கொண்டு சிரித்தான். மற்றவர்களும் சிரித்தார்கள்.

"சிரிக்கிறார் பாரு!" கமலூசு கண்டிக்கும் குரலில் சொன்னான்: "தெரியுமால - இப்படித்தான் ஒவ்வொருத்தனும் பெரியவனாகிறது!"

அவர்கள் தாசனின் வீட்டு முற்றத்தில் வட்டமாக உட்கார்ந்திருந்தார்கள்.

"எலே கமலூசு", சைமன் கையை நீட்டி கமலூசின் தொடையில் அடித்தான்.

"உம் சொல்லு!"

"நம்ம ஊர் நிலமைகளையெல்லாம் தெளிவா விளக்கி ஒரு மனு எழுது. ஊர்ல கையெழுத்து வாங்கி கலக்டருக்கும், நம்ம எம்மெல்லேக்கும் குடுப்பம்".

"ஏ . . . அதுவா பெரிசு. பேப்பரும் பேனாவும் இப்போ கொண்டாறேன்!" கமலூசு துள்ளி எழுந்தான். இரண்டு எட்டு நடந்தவன் திரும்பி வந்து, "ஆனா பெட்டிசன் கலக்டர் கிட்டே நான்தான் குடுப்பேன்" என்றான்.

"சரிடே போ!"

அவன் போன பிறகு, சூசை தன் நார்த்லையை ஒதுக்கிக் கொண்டே சைமனிடம் கேட்டான். "எலே, நம்ம கட்டுமரத் தொழிலாளர் சங்கத்தத் தொடங்க வாண்டாமா?"

"கொஞ்சம் பொறு. சைமன் தெளிவான குரலில் சொன்னான். இப்ப தொடங்கினா, சாமியாரு நம்மளத் தொலச்சிப் போடுவாரு. இன்னும் நம்மோட நாலு பேரு சேர்ந்து, நாம கொஞ்சம் வலுவான பின்னால தொடங்கலாம்".

21

சிறிய மண் அடுப்பின் முன்னே கிழவி ஆகத்தாள் முட்டைக் கட்டிக்கொண்டு கூனிக்குறுகி உட்கார்ந்திருந்தாள். நிறமிழந்து சுருங்கிப்போன அவருடைய கண்கள் அடுப்பினுள்ளே சிறு சுள்ளிகளின் நுனிகளில் தொற்றிப் படரும் தீச்சுடர்களை வெறித்துக்கொண்டிருந்தன. அடுப்பிலிருந்து மேலே கிளம்பிய புகை கூரையில் மோதி, வீட்டுக்குள்ளேயே அலைந்து கொண்டிருந்தது.

தன் குலப்பெருமையை நிலைநாட்டிக் குடும்பத்தைத் தழைக்க வைக்க வேண்டிய சில்வியின் வாழ்வு இப்படி இடையில் முறிந்து போயிற்றே என்று எண்ணியபோது கிழவியின் நெஞ்சே

அடுப்பாகி எரிந்தது. மாதாவே என்று அவர் நெஞ்சைத் தடவினார்.

"யார் இந்த மிக்கேலு? ஊர்ல திருடி கொளும்புக்கு ஓடின அற்பப்பயதானே! வாரினி - எப்பிடியோ அஞ்சாறு காசு கொண்டுவந்தான். வீடு வாங்கினான், கட்டுமரம் வாங்கினான், என் பணத்தில போட்டும் வாங்கினான் - இப்போ என் வயித்துக் கொடிய இப்படி நசுக்கி நாசமாக்கிப் போட்டானே!"

வேதனை தாங்காமல் அவர் தலையிலடித்துக் கொண்டார்.

பிள்ளை சிணுங்கியது. கிழவி குந்தியிருந்த நிலையிலேயே நகர்ந்து, தொட்டிலருகே வந்தார். துணியை விலக்கி குழந்தையைப் பார்த்தார். செந்தாழம் பூப்போல அது இமைகள் லேசாகத் திறந்திருக்க, பூ இதழ்கள் சற்றே பிரிந்திருக்க, சீராக மூச்சிழுத்தது.

எத்தனை நேர்ன்பிருந்து, எத்தனைக் கோயிலுக்கு அலைந்தால் இம்மாதிரி ஒரு குழந்தை பிறக்கும்! கிழவி பெருமூச்செறிந்தாள். தொட்டிலை லேசாக ஆட்டினார்.

சுவரருகே ஒரு கிழிந்த பாயில் படுத்திருந்த சில்வியை எட்டிப்பார்த்தார். வெளிறிப் போன அந்த முகத்தை ஒரு ஈ சுற்றிச் சுற்றி வந்தது. தன் நீண்ட கையை வீசி, கிழவி ஈயை விரட்டினார்.

எப்பேர்ப்பட்ட பிடிவாதக்காரியாயிருக்கிறாள் இந்தச் சிறுக்கி. பிரசவத்தின்போதே 'குழந்தையைக் கொன்று விடவேண்டும் என்று ஒரு மருத்துவச்சியை ஏற்பாடு செய்ததால், மருத்துவச்சியை வீட்டுப் பக்கமே அண்ட விடவில்லை அவள். மடத்தில் கொடுத்துவிடலாம் என்றாலும் சம்மதிக்க மாட்டேனென்கிறாள். பிள்ளை யில்லாத அந்தாணியாள் இந்தப் பிள்ளைக்கு எவ்வளவு பணம் வேண்டுமானாலும் தருகிறேனென்கிறாள். அதற்கும் சம்மதிக்கவில்லை. பரம்பரை பரம்பரைக்கும் தீராத களங்கமாக ...... அப்பனில்லாத அவமானச் சின்னமாக .....

கதவில் யாரோ எட்டிப்பார்ப்பது போலிருந்தது. கிழவி ஆகத்தாள் தலையை உயர்த்தினார். பஞ்சடைத்து இருண்ட அவருடைய கண்கள் சிரமப்பட்டு அடையாளம் கண்டன. சூசம்மாதான். கிழவியை ஏளனமாக பார்த்துவிட்டு, சூசம்மா வாசலில் காறித்துப்பினாள்.

கிழவி திடுக்கிட்டார். மறுவினாடி அவர் சிலிர்த்துக்கொண்டு எழுந்தார். தலை சுற்றியது. தள்ளாடிக்கொண்டே வாசலுக்கு நடந்தார். வாசலைப் பிடித்துக்கொண்டு தன்னை நிதானப்படுத்தினார். ஒரு காலை வெளியே வைத்தார்.

பக்கத்து வீட்டுக்காரி பிலோமினாவின் அருகே சூசம்மா நின்றுகொண்டிருந்தாள். கிழவியை அவள் அகங்காரத்தோடு பார்த்து "சூடு சொரண இருக்குமானா கடல்ல விழலாமே!" என்று திரும்பவும் காறித் துப்பினாள். பிலோமினாவின் எச்சரிப்பை அவள் பொருட்படுத்தவில்லை.

கிழவியின் இரத்த நாளங்களில் தீ பரவியது. மகனை இழந்தது, பணத்தை இழந்தது, பேத்தியின் வாழ்வை இழந்தது, இன்று பெருமையும் புகழும் மிக்க நீண்ட தன் குலப்பெருமையை இழந்து இந்த அற்பத் தேவடியாளின் பார்வையதில் பங்கப்படுவது....கிழவி பைத்தியமானார்.

"தேவடியாச் செறுக்கி; என்னளா சொன்ன?" கிழவி ஆவேசத்தால் தள்ளாடிக்கொண்டே முற்றத்தில் பாய்ந்தார்.

"ஓ... ஊருக்குப் புள்ள பெத்து வீட்டுக்குள்ள வச்சிருக்கால்லியா - இனி ஒண்ணும் சொல்லிரப்படாது!" சூசம்மா தன் தடித்த கையை அலட்சியமாக வீசினாள்.

கிழவிக்கு எங்கிருந்துதான் அந்த அசுரபலம் வந்ததோ, அவர் சூசம்மாளின் மீது புலிபோல் விழுந்தார். பிலாமினா அலறிக்கொண்டு வீட்டுக்குள் ஓடிவிட்டாள். மல்லாக்க விழுந்து கிடந்த சூசம்மா, தன் மேலே கிடந்து தன் கழுத்தை நொறுக்கும் எலும்புக்கூட்டைத் தள்ள முடியாமல் ஊளையிட்டாள். தடித்த தன் கைகளால் கிழவியின் விரலெலும்புகளைப் பிய்த்தெடுக்க முயன்றாள். ஆனால் கிழவியின் விரலெலும்புகள் மீண்டும் மீண்டும் அவள் குரல்வளைக்குள் புதைந்தன. தன் முழு பலத்தையும் திரட்டிக் கிழவியைக் கீழே தள்ளிவிட்டு, சூசம்மா எழுந்தாள். கிழவி விறைத்துப் போய்க் கிடந்தார். அவர் கண்கள் செருகியிருந்தன. கடைவாயிலிருந்து இரத்தம் ஒழுகிக் கொண்டிருந்தது.

22

ஙா ...... ங்ஙா ...... ங்கா ...... ங்க்கா .....

சில்வி வீட்டிலிருந்து வந்த குழந்தையின் அழுகை தாசனின் இதயத்தைக் கிள்ளியது. அழுகை நிரம்ப நேரமாகக் கேட்டுக்கொண்டிருந்தது. பசிக்கலாம், அல்லது துணைக்கு ஆளில்லாமல் அழலாம், அல்லது தொட்டிலிலிருந்து விழுந்திருக்கலாம். கிழவி இருந்திருந்தால் குழந்தையைத் தூக்கி அழுகையை அமத்தியிருப்பார். பாவம், இறந்து போனார்.

சில்வி மீன் வியாபாரத்துக்குப் போயிருப்பாள். திரும்பி வர மத்தியானம் ஆகும். அதுவரை ..... ? தாசனுக்கு மனசைப் பிசைந்தது.

குழந்தை வீறிட்டலறியது. ஒருவேளை எறும்பு கடித்திருக்குமோ? அல்லது வேறு ஏதாவது பூச்சி ..... ? பின்னிக்கொண்டிருந்த வலையைக் கீழே போட்டுவிட்டு தாசன் எழுந்தான். கால்கள் சற்றே கூசத்தான் செய்தன. என்றாலும் குழந்தையின் அழுகை அவனை வற்புறுத்திற்று. அவன் வேகமாக சில்வி வீட்டுக்குள் நுழைந்தான்.

குழந்தை தொட்டிலிலிருந்து விழுந்து, மூத்திரத்தில் கிடந்தது. அதைக் கவனமாக இரு கைகளாலும் அள்ளி, மார்போடு அணைத்துக்கொண்டு வெளியே வந்தான் தாசன். கதவைச் சாத்திவிட்டு அவன் தன் வீட்டுக்கு வந்து வாசலில் உட்கார்ந்தான். குழந்தையைத் தன் மடியில் கிடத்திக்கொண்டான். உயிரும், உணர்ச்சியும், அழகும், மென்மையுமான அந்த அபூர்வத்திலும் அபூர்வமான பொருள் காலையும் கையையும் அசைப்பதும், புரளுவதும், நீர் தளும்பும் தன் கருப்புக் கண்களை உருட்டுவதும், வாயைத் திறப்பதும் அவனை அதிசயிக்கச் செய்தன. விரிக்கப்பழகாத அதன் தாமரைப்பூக் கை பாலிருக்கும் இடம் தேடி அவன் நெஞ்சில் தடுமாறித் தடவிய போது அவனுக்கு உடம்பு சிலிர்த்துவிட்டது. அது வயிற்றுப் பசியோடிருந்திருக்கிறது என்பதை அவன் புரிந்துகொண்டான். எதைக் கொடுப்பது? குழந்தை இப்போது நெளிந்தது. வெதுவெதுப்பான மூத்திரம் பன்னீர் போல அவன் முகத்தில் பாய்ந்தது.

"சே, பிசாசே!" செல்லமாக அதன் தொடையில் ஒரு தட்டுத் தட்டினான்.

குழந்தைக்கு எதையாவது கொடுக்க அவன் விரும்பினான். அதை வசமாக வயிற்றோடு அணைத்துக் கொண்டே அவன் எழுந்தான். ஒரு தம்ளரில் தண்ணீர் எடுத்தான். சட்டியில் கிடந்த கருப்புக் கட்டித் துண்டில் சிறிது எடுத்து நீரில் போட்டு விரல்களால் கரைத்தான். தம்ளரை எடுத்துக்கொண்டுவந்து வாசலில் உட்கார்ந்தான். வலது கை ஆள்காட்டி விரலைக் கருப்பட்டி நீரில் முக்கி, குழந்தையின் வாயில் வைத்தான். பூப்போன்ற உதடுகளால் குழந்தை ஒவ்வொரு முறையும் அவன் விரலை நக்கிய போது அவன் பரவசமடைந்தான்.

வால்டரும், சைமனும், சூசையும் முற்றத்தில் தோன்றினார்கள். அவர்களுடன் புதிய ஒரு இளைஞனும் இருந்தான். அவர்கள் உடுத்தியிருந்த வேட்டி சட்டையைப் பார்த்து, அவர்கள் வெளியூரிலிருந்து திரும்பிக்கொண்டிருக்கிறார்கள் என்பதைத் தாசன் யூகித்துக்கொண்டான்.

"எலே, நான் சொன்னேனே- கொழந்த ஒன்ன ஜெயிச்சிட்டுதா?" வால்டர் வெற்றி வெறியோடு தாசன் தலையில் தட்டினான்.

அதை ஒப்புக்கொள்ளும் முறுவலோடு தாசன் கேட்டான். "புதுசா அது யாருலே?"

"இதுதான் ஜோசப் - நான் சொன்னேனே."

இரண்டு ஒட்டுத் திண்ணைகளிலுமாக அவர்கள் உட்கார்ந்தார்கள். ஜோசப் இடது தொடை மீது வலது முழங்காலை வைத்து பாதத்தை ஆட்டியவாறு குழந்தையைப் பார்த்தான். அவன் கேட்டான்:

"பிள்ளைக்க தவப்பன் பெறகு ஊருக்கு வரவேயில்லியா?"

"இல்ல, நாங்க பாக்கயில்ல. ஒண்ணு ரெண்டு தடவ ராத்திரி வந்து போனதா ஆளுக சொன்னாக," என்றான் வால்டர்.

"அவன் விலாசத்த தபாலாபீசில விசாரிச்சி லெட்டர் எழுதினோம். ஒண்ணுக்கும் பதிலில்ல. என்ன மனசோ... என்ன

இழவோ...” சூசை தன் நார்மயிரை ஒதுக்கிக்கொண்டே சொன்னான்.

“இதுதான் மொதலாளித்துவம்!” ஜோசப் அமைதியாகச் சொன்னான். தடித்த பிரேமிட்ட கண்ணாடியை அவன் தன் கண்களிலிருந்து கழற்றினான். அதைத் தன் பச்சைச் சட்டை விளிம்பில் துடைத்துக்கொண்டே கடலைப் பார்த்தான் அவனுடைய அறிவார்ந்த முகத்தில் யோசனையின் ரேகைகள் படர்ந்திருந்தன.

“இதுக்கு வழி?” தாசன் சிறிது எரிச்சலோடு குரலை உயர்த்தினான். ஜோசப்பின் படிப்பாளி முகம், அவனுக்கு வெறுப்பைத் தந்தது. அந்த முகத்தைப் பார்த்து வால்டரும், சூசையும் சைமனும் பிரம்மிப்பது அதை விட வெறுப்பைத் தந்தது

தாசனின் கேள்விக்கு ஜோசப் பதில் சொல்லவில்லை திடீரென்று நினைத்துக்கொண்டவன் போல் சொன்னான். “சேதி தெரியுமா? நம்ம கடல்ல மீம்பிடிக்க அஞ்சு கப்பலுக்கு அரசாங்கம் அனுமதி குடுத்திருக்கு. டாட்டாவுக்கு ஒண்ணு. டி.வி. எஸ்க்கு ஒண்ணு, எவரெடி கம்பெனிக்காரனுக்கு ரெண்டு இன்னும்......”

“அப்போ நாம?” வால்டர் அதிர்ச்சியடைந்து வாய்பிளந்தான்.

“நம்மப் பத்தி யாருக்குக் கவலை! அப்போ அப்போ இருக்கிறதுபோல சீவனம் நடத்த வேண்டியதுதான்!” என்றான் சைமன்.

“அது மட்டுமா, நம்ம பொம்பளைக தெனசரி ரெண்டு ரூபாய்க்கும் மூணு ரூபாய்க்கும் மாலு முடிவாக. இப்போ அதுக்கும் ஒரு தொழிற்சாலை கட்ட அரசாங்கம் அனுமதி குடுக்குதாம்! மொதலாளித்துவத்தோட வேர் கடற்கரைவர வந்தாச்சு,” ஜோசப் அழுத்தமாகச் சொன்னான்.

மேற்கே இருந்து கமலூசு வேகமாக வந்தான். தாசன் முன்னே மண்டியிட்டுக் குழந்தையைக் கைகளில் அள்ளினான். அது சிணுங்கத் தொடங்கவே, அவன் அதை தாசனின் மடியிலேயே விட்டுவிட்டு எழுந்து வால்டரின் அருகே உட்கார்ந்து, அவன் மீது சாய்ந்தான்.

"இவன்தான் கமலூசு. ஆளு வெறும் லூசு" என்று கமலூசை ஜோசப்புக்கு அறிமுகப்படுத்திவிட்டு, சைமன் கமலூசிடம், "ஏ...நேத்து ஏன் ஒன் தங்கச்சியப் போட்டு அடிச்ச?" என்று கேட்டான்.

கமலூசு கோபத்தோடு நிமிர்ந்தான்.

"ஒலகம் பூராவும் மாதர் தினக் கொண்டாட்டம்னு பேப்பர்ல போட்டிருக்கான். நானும் நம்மூர்ல கொண்டாடலாமுன்னு நெனச்சா, பேச எந்தப் பொம்பளையும் வர மாட்டேன்னுட்டா. கடைசியில தங்கச்சியப் பிடிச்சேன். பத்தாவது படிச்சவளுக்குப் பேசத் தெரியாதாம். சரி எழுதித்தாரேன், பேசுன்னேன் - அதுவும் முடியாதாம். எனக்குக் கோபம் வராதா பின்னே!"

"நல்ல பெண்விடுதலைப் போராளி!" ஜோசப் சிரித்தான்.

குழந்தை தாசனின் மடியில் தூங்கிக்கொண்டிருந்தது. அதன் விழிகள் அரளி மொட்டுகள் போல் கூம்பியிருந்தன. அதன் இடது கை தாசனின் வயிற்றுச் சுருள் முடியைப் பற்றியிருந்தது. திடீரென்று அது திடுக்கிட்டு முகத்தைச் சுளித்தது. குழந்தையின் மேனியில் வீசிய பால்மணம் தாசனை மயக்கியது.

"கொழந்த ஒரு அருமையான பொருள்தான்!" குழந்தையின் பட்டுப்போன்ற தலையை தன் முரட்டு விரல்களால் மெல்ல வருடியவாறு அவன் சொன்னான்.

"ஆ, இத நான் ஒரு கூட்டத்தில் பேசுவேன். எப்படியாவது கை தட்டு கெடைக்கும்," கமலூசு உற்சாகமாய்க் கைதட்டினான்.

திடீரென்று தாசனின் முற்றத்தில் சில்வி தோன்றினாள். கீழே விழுந்துவிடாதிருக்க அவள் கூரையைப் பிடித்துக்கொண்டாள். வேகமான மூச்சில் அவள் மார்பு விம்மி விம்மி இறங்கியது. பயத்தினால் அவள் முகம் வெளிறிப் போயிருந்தது. குழந்தையைத் தேடி அங்குமிங்கும் அலைந்திருக்கிறாள் என்பதும், அதைக் காணாமல் மிகவும் பயந்து போயிருக்கிறாள் என்பதும் அவள் முகத்தில் பளிச்சென்று தெரிந்தது.

குழந்தையை மார்போடு அணைத்துக்கொண்டே தாசன் எழுந்தான்.

"ஒரே அழுக - சகிக்கல்ல, தூக்கிட்டு வந்தேன்!"

சில்வி பதில் சொல்லவில்லை. திண்ணையில் உட்கார்ந்திருந்த இளைஞர்களைக் கவனிக்கவுமில்லை. குழந்தையைக் கையில் ஏந்தியபடி நன்றிப்பெருக்கோடு தாசனைப் பார்த்தாள். அவள் கண்கள் கலங்கின. தலையைக் குனிந்துகொண்டே தன் வீட்டுக்கு விரைந்தாள்.

"மால் முடியிற தொழிற்சாலைக்கு எதிரான போராட்டத்தில இவளத் தலைமை தாங்க வைக்கணும்" என்றான் சூசை ஆர்வத்தோடு.

"இவ சபல புத்திக்காரி - நமக்கு ஒதவமாட்டா!" சைமன் தாசனைப் பார்த்தான்.

தொழிற்சாலை மொளச்சி, இவ பின்னிக்கிட்டிருக்கிற வலையப் பிடுங்கி இழுக்கும்போது, சபலப் புத்தி தானாப்போகும்!" என்றான் ஜோசப். தொடர்ந்து அவன் இன்றைய முதலாளித்துவம் கடலோர ஜனங்களை எப்படி யெல்லாம் சுரண்டுகிறது என விளக்கத் தொடங்கினான்.

ஒரு கேலியான புன்னகையுடன் தாசன் கேட்டுக்கொண்டிருந்தான். எனக்கு என் கை முஷ்டியே போதும் என்பதுபோல், அவன் முஷ்டியை முறுக்கி மணலில் குத்திக்கொண்டிருந்தான்.

23

சில்வி திடுக்கிட்டு விழித்தாள். பால் குடித்தபடியே உறங்கிப்போன அவளுடைய குழந்தை அவளை ஒட்டிக்கொண்டு கிடந்தது. காற்றின் ஊளையைக் கேட்டு சுவரொட்டி விளக்கு பயந்து நடுங்கிக் கொண்டிருந்தது. அதன் வெளிச்சம் குழந்தையின் கன்னத்தின் மீதும், பட்டுப் போன்ற அதன் தலையின் மீதும் அசைந்துகொண்டிருந்தது.

60 தேடல்

எப்படியெல்லாமோ கனவு கண்டு தொடங்கிய வாழ்க்கை, ஒரு கனவு போலவே ஆகிவிட்டது. அப்படியே ஒரேயடியாய்க் கனவாகியிருந்தால்கூட கவலையில்லை - அந்த சொர்க்கக்கனவின் நரக நிதர்சனமாக, நஞ்சாகிப் போன அமுதமாக, அவமானத்துக்குரிய ஒரு அற்புதமாக - இதோ அவள் அருகே குழந்தை அமைதியாகத் தூங்குகிறது. இனி, இதன் எதிர்காலம்? சில்வியின் பெருமூச்சால் குழந்தையின் கேசம் அதிர்ந்தது.

"என்ன மனம் அவனுக்கு? தேன் போலப் பேசினான். பூப்போலச் சிரிச்சான். எல்லாமே இவ்வளவுதானா?"

அவள் மல்லாந்து புரண்டாள். கண்கள் நிறைந்து, வெப்பமான நீர் சென்னி வழியே செவிகளினுள் வடிந்தது. இதயத்தின் அடியாழத்திலிருந்து வெடித்த விம்மல், அவள் எலும்புக் கூட்டையே குலுக்கிற்று. அவள் விசும்பி அழுதாள்.

யாரோ கதவில் விழுவது போல் இருந்தது. சில்வி திடுக்கிட்டுத் தலையைத் தூக்கினாள். தாசன்தான் குடித்துவிட்டு வந்துவிட்டானா? ஆனால் கதவிடுக்கில் தண்ணீர் கசிந்தது. மறுபடியும் ஒரு மோதல் கதவு படீரென்று பெயர்ந்து உள்ளே விழுந்தது. அணை உடைந்து பாயும் வெள்ளம் போலக் கடல்நீர் வீட்டுக்குள் பாய்ந்தது. அலறிக்கொண்டே அவள் பிள்ளையைத் தூக்கினாள். கடல் படுபயங்கரமாக இரைந்தது. கடல் அலைகள் வீட்டுக்குள்ளேயே மோதின. முட்டளவு நீரில் தத்தளித்துக்கொண்டே அவள் முன் வாசலுக்கு வந்தாள். கரையை விழுங்கி ஊளையிட்ட கடலில் பனைமர உயர முள்ள அலைகள் எழும்புவது மங்கலாகத் தெரிந்தது.

மாதாவே...மாதாவே...பொன்னு மாதாவே... அரற்றிக்கொண்டே அவள் பின் வாசலைத் திறந்தாள். அந்தக் கதவு வழியாகவும் தண்ணீர் உள்ளே மோதியது. நீர் மட்டம் படிப்படியாக உயர்ந்தது. பாத்திர பண்டங்கள், துணிகள், மரத் துண்டுகள் எல்லாமே நீரில் மிதந்தன. மழை சடசடவென விழுந்தது. மின்வெட்டில் கூரை தீப்பற்றியது போல் பிரகாசித்தது. இடிமுழக்கம் காதைச் செவிடு படுத்தியது. குழந்தையை நெஞ்சோடு அணைத்துக்கொண்டே இடுப்பளவு நீரில் அவள் நடுங்கினாள்.

"சேசுவே ... மாதாவே ..."

இருள் போன்ற ஒரு உருவம் கடல் நீருக் குள்ளிருந்து வாசலைப் பிடித்து மேலே ஏறுவதைக் கண்டு, சில்விக்கு உயிரே போயிற்று. அவள் கூக்குரலிட்டவாறு பின் வாங்கினாள்.

"சில்வீ நான்தான். கடல் பொங்குது... பிள்ளையைக் கொண்டா ..? வீடு இப்போ இடிஞ்சி விழுந்திரும் ..."

நீரில் தள்ளாடியபடி தாசன் அவளிடம் வந்தான். பிள்ளையை ஒரு கையில் வாங்கினான். அதை மார்போடு அணைத்துக்கொண்டு மறுகையால் அவளை - இழுத்துக்கொண்டே அவன் பின் வாசலுக்கு விரைந்தான். வாசலுக்கு வெளியே நீர் நெஞ்சளவு ஆழம் இருந்தது.

"பயப்படாதே, என் முதுவுல தொங்கி, கழுத்தக் கெட்டியாப் பிடிச்சிக்க!"

அவள் அவன் முதுகில் தொங்கி, கழுத்தை உறுதி யாகப் பிடித்துக்கொண்டாள். ஆண்டவரே ஆண்டவரே என்று புலம்பினாள். தண்ணீரின் மோதலுக்குத் தக்க தள்ளாடியபடியே தாசன் கிழக்கே மண் மேட்டுக்கு நகர்ந்தான்.

சில்வியின் வீட்டுச் சுவர் இடிந்து, கூரை அலையில் மிதந்தது.

24

சாமம் மறித்தபோது, கடல் வெறி தணிந்து பின் வாங்கிற்று. ஜனங்களின் கூச்சலும் அழுகையும் தெளிவாகக் கேட்கத் தொடங்கின. சில்வியின் குழந்தை வீறிட்டுக்கொண்டிருந்தது. சில்விக்கோ மேலெல்லாம் உடப்புநீர்ப் பிசுபிசுப்பு. தாசன் தென்னந் தோப்புக்குப் போய் ஒரு குடம் நல்ல தண்ணீர் கொண்டு வந்தான். அதில் தன் உடம்பையும் குழந்தையின் உடம்பையும் கழுவிவிட்டு, சில்வி தாசனின் குடிசையினுள் போனாள். தன்னிடமிருந்த வெளுத்த வேட்டியை அவளுக்குக் கட்டிக்கொள்ளக் கொடுத்துவிட்டு, தாசன் வெளியே வந்தான்.

ஜனங்களுடைய கூச்சல் மேலும் மேலும் தெளிவாகக் கேட்கத் தொடங்கிற்று. எத்தனை வீடு அழிந்ததோ, எத்தனை பேர் இறந்தாரோ, எத்தனை கட்டுமரம் கடலோடு போயிற்றோ - அவலக் குரல்கள் தாசனின் இதயத்தில் மோதின, 'வீட்டப் பூட்டிக்க, நான் ஊரப் பாத்துட்டு வாரேன்' என்று சில்விக்குச் சொல்லி விட்டு, அவன் மேற்கே விரைந்தான். தூரத்தில் சைமன் குரலும், கமலூசு குரலும், மற்றும் நண்பர்கள் குரலும் மாறி மாறிக் கேட்டன.

25

சில்வி மீன் விற்றுவிட்டுத் திரும்பியிருந்தாள். குடிலின் நடுவே மீன் பெட்டியை இறக்கிய அவள், அதனுள்ளிருந்த சுள்ளிகளை அள்ளி அடுப்பருகே போட்டாள். மகனுக்கென்று வாங்கி வந்திருந்த மாம்பழங்களைக் கீழே வைத்தாள். மடியிலிருந்த சில்லரைகளைத் தரையில் கொட்டி எண்ணத் தொடங்கினாள். எண்ணத்தை மீறி எங்கோ போகும் எண்ணங்களால், சில்லரைகள் சோளிகளாகி விரல்களோடு விளையாடின.

வரும் வழியில் இன்றும் அந்தத் தடியன் சூசை நாயகம் கண்களைச் சிமிட்டிக்கொண்டும், மயிரடர்ந்த தொடைகளை ஒரு மாதிரி தடவிக்கொண்டும், என்ன சில்வீ தாசனுக்கு மட்டுந்தான் ஒன் கருணையா?" என்று பல்லைக் காட்டி இளித்தான். தாசனிடம் இதைச் சொல்லலாமா என அவள் யோசித்தாள். சொன்னால் உடனேயே தாசன் சூசை நாயகத்தின் நெஞ்செலும்பை ஒடித்துவிடுவான். சரி, கொஞ்சம் பொறுத்துப் பார்ப்போமே என முடிவு செய்தாள்.

வழியில் இப்படியென்றால் தெருவில் அதைவிடப் பெரும் பிரச்சினை, ஞானஸ்னானம் செய்யப்படாத பாவஜீவனாக வளர்கிறான் அவள் அன்பு மகன் ஜான். இரண்டு வயசு ஆகப் போகிறது அவனுக்கு. ஞானஸ்னானத்துக்குத் தகப்பன் பெயரைச் சொல்ல வேண்டுமே; எந்தப் பெயரைச் சொல்ல?

அந்தப் பயலோ - ஒரு அதிசயம். இப்படி ஒரு அழகான பிள்ளை அந்தச் சிற்றூரில் பிறந்ததே இல்லை. அழுக்கு ஜட்டியை மாட்டிக்கொண்டு ஜான் கடற் கரையில் சில்லா நண்டுகளைத்

துரத்திக்கொண்டு ஓடும் போது, மனசைப் பறிகொடுக்காமல் யாரும் இருக்க முடியாது. இது யார் பிள்ளை என்று கேட்காத நபரே ஊரில் கிடையாது. ஆனால் இந்தக் கேள்விக்கு விடை கிடைத்ததும் அவர்கள் முகங்களில் கொப்பளிக்கும் ஏளனம் ... அருவருப்பு ... சில்விக்கு உயிரே போய்விடும்.

ஜான் சொடியாகப் பேசுவான். அவன் கேட்கும் கேள்விகளோ சில்வியைத் திணற அடித்துவிடும். நாலு நாளுக்கு முந்தி திடீரென்று வீட்டினுள் ஓடிவந்த ஜான் மீன் கழுவிக்கொண்டிருந்த தாயின் கழுத்தைக் கட்டிக்கொண்டு அவள் முதுகில் சாய்ந்து "எம்மா, எனக்கு அப்பா யாரும்மா?" என்று மழலைக் குரலில் கேட்டபோது, சில்வி வெலவெலத்துப்போனாள்.

"ஏ.... யாருலே ஒன்ன இப்பிடிக் கேக்கச் சொன்னது?" என்று அவள் கடுகடுப்புடன் கேட்டபோது, சூசம்ம மாமீ!" என்றான் அவன் அன்று பூரா சில்விக்கு நடுக்கம். அதன் பிறகு அவன் அவளை ஏதாவது கேள்வி கேட்கத் தொடங்கினாலே போதும் - அவள் கூனிக் குறுகிப் போவாள். நல்ல காலம் - அவன் அவளைக் காட்டிலும் தாசனிடம் அதிகம் ஒட்டிக்கொள்ளுகிறான்.

வெளியே மகனின் அழுகை கேட்டது. சில்வி திடுக்கிட்டு வாசல் பக்கம் திரும்பினாள்.

"ஊ.....ஊ......ஊ....."

அழுதுகொண்டும், கண்களைப் பிஞ்சு விரல்களால் கசக்கிக்கொண்டும் ஜான் உள்ளே வந்தான். அவன் உடம்பு முழுவதும் மணல்.

"ஏ.... ஏன்லே...யாராவது அடிச்சாகளா?"

"ஊ.....ஊ..... குருசுக்க அம்ம... ஏன்ல எங்க வீட்டுக்கு வெளையாட வந்தான்னு அடிச்சா...ஊ..."

மகனை வாஞ்சையோடு அணைத்து, அவன் கண்ணீரைத் துடைத்தாள் சில்வி. தலையைத் தடவினாள். தலை முழுவதும் மண்.

"அட கழுத...... மண்ணுல உருண்டியாக்கும்!"

"இல்லம்மா, குருசுக்க அம்மதான் மண்ண வாரிப் போட்டா!"

சில்விக்குச் சுருக்கென்றது.

"இனி நீ அந்த வீட்டுக்குப் போகாத!" என்றாள் கறாராக. "போனியானா முதுவுத் தோல உரிச்சிப் போடுவேன்!"

பயல் தாயின் அணைப்பிலிருந்து விடுபட்டுத் தரையிலிருந்த மாம்பழங்களில் இரண்டை இரண்டு கைகளிலும் எடுத்தான். ஒரு மாம்பழத்தைக் கடித்தான். மாம்பழச் சாறு சொட்டுச் சொட்டாக நெஞ்சில் வடிந்தது.

"ஏம்மா"

"என்ன மக்கா"

"நம்ம அப்பா தாசனாம்மா?"

"ஏன் மோனே?"

"அவன் தானே எனக்கு எல்லாம் வாங்கித் தாரான்!"

"அது..... உனக்க அப்பா...... அப்பா... வருவாரு மக்கா!"

"எம்மா, எனக்கு ஒரு தம்பி தாம்மா...எல்லாருக்கும் வெளையாடத் தம்பி இருக்கு; எனக்குத் தான் தம்பி இல்ல!"

சில்விக்குத் தலையில் இடி விழுந்தது போலிருந்தது. காசைக் கீழே எறிந்துவிட்டு பயலின் செவிட்டில் பளார் என்று அறைந்தாள். பயல் மாம்பழத்தைக் கீழே போட்டுவிட்டு வாயைப் பிளந்து பெருங்குரலில் அழத் தொடங்கினான்.

சில்வி பித்துபிடித்தவள் போல் தரையில் உட்கார்ந்து விட்டாள். இரு கைகளாலும் தன் தலை மயிரைச் சுற்றிப் பிடித்தாள். பல்லைக் கடித்துக் கொண்டே தலையை உலுக்கினாள். பயல் பயந்து போனான். அழுகை நின்று விட்டது. ஒரு மூலையில் பதுங்கி தாயின் வெறிபிடித்த முகத்தைப் பார்த்துக் கொண்டு நின்றான்.

26

மங்கிய சாம்பல் நிற ஆகாயம். அங்கொன்றும் இங்கொன்றுமாகச் சில நட்சத்திரங்கள். மேற்கே ஏகாந்தமாய் ஒளி வீசும் அரை நிலா. மின்னுகிற கடற்பரப்பு. அலையோசையால் நிறைந்து ததும்பும் நிசப்தம். மென்மையாய்த் தழுவுகின்ற காற்று......

தன் குடிசையின் கிழக்கேயுள்ள மணல்மேட்டில் தாசன் கைகளைத் தலைக்கு அடியில் மடக்கிக்கொண்டு மல்லாந்து கிடந்தான். குவிந்துறங்கும் புலன்களுக்குள்ளே மலர்ந்து நிற்கும் உணர்வுகள். கடலலை போலவே மனசிலும் அலைகள். நிலவொளியைப் போலவே மனசுக் குள்ளும் பிரகாசம். ஆரவாரமான நிசப்தம். அசைவில்லாத சஞ்சாரம்.

வலப்புறம் அவன் விலாவோடு ஒட்டி உறங்கிக் கொண்டிருந்த சில்வியின் மகன் ஜான் சிறிது நெளிந்தான். ஒரு காலையும் கையையும் தாசன் மேலே போட்டுக்கொண்டு மேலும் ஒட்டினான். தாசன் தன் வலதுகையைத் தலையின் அடியிலிருந்து எடுத்து குழந்தையை அணைத்துக்கொண்டான். அதன் பட்டுப் போன்ற முதுகை வருடினான்.

ஜானுக்குத் தாசனிடம் ஒட்டுதல் அதிகம், நாய்க் குட்டி போல் தாசனின் பின்னாலேயே சுற்றுவான். குளிக்கப்போனாலும், கடைக்குப்போனாலும், கூடவே தொடர்வான். கூடவே தூங்குவான். கடலிலிருந்து திரும்பியதும், ஜானைத் தூக்கிக் கொஞ்சிவிட்டுத்தான் தாசன் கள் குடிக்கப்போவான்.

கிழவியின் வீடு கடலலையில் அழிந்த பிறகு, தாசன் தன் குடிசையை சில்விக்கே கொடுத்துவிட்டான். மணல் மேட்டில் வேறொரு குடிசை தனக்காக நண்பர்களின் உதவியோடு கட்டிக்கொண்டான். அந்தக்குடிலின் முற்றத்தில்தான் அவன் ஒரு கோரைப் பாயில் படுத்துக் கிடந்தான்.

மென்மையான காற்றலை அவன் மீது தவழ்ந்தது. அதன் பாரத்தால் அவன் இமைகள் அமுங்கின. அவன் உடம்பே அந்தக் காற்றில் கரைந்து போவது போலிருந்தது. கற்பனையின் ிீதேறி மனம் விருப்பம்போல் சஞ்சரித்தது......

தேடல்

கட்டுமரம் ஒன்று கரை சேருகின்றது. அதிலிருந்து தாசன் அலையில் குதிக்கின்றான். மரத்தைக் கரைக்கு இழுக்கின்றான். அவன் பிடித்த மீனை ஏலமிடுகிறான். சில்லா நண்டுபோல் ஜான் அவனிடம் ஓடி வருகிறான். அவனைத்தூக்கி மார்போடு சேர்த்துக் கொஞ்சியவாறு தன் குடிலுக்கு வருகிறான். வாசலில் சூரியகாந்திப் பூவாய் முகம் மலர, சில்வி நின்றுகொண்டிருக்கிறாள். மாலைப் பொன் வெயில் பட்டு அவள் முகம் பொன்னாய் ஒளிர்கிறது. இளங்காற்றில் அவள் கன்னத்துக் கரும்பட்டுச் சுருள் அசைகிறது. அன்பு ததும்பும் விழிகளால் அவனை நோக்கி அவள் முறுவலிக்கிறாள்........

ஏதோ குரல் கேட்டு அவன் கற்பனை கலைகிறது. திடுக்கிட்டுக் கண்களைத் திறந்தான். அவன் காலருகே ஒரு தேவதைபோல சில்வி நின்றுகொண்டிருந்தாள்.

அவன் நிமிர்ந்து உட்கார்ந்தான்.

"பனி விழுது, பையனை எடுத்திட்டுப் போட்டுமா?" அவள் அமைதியாகக் கேட்டாள்.

அவள் பின்னால், கடலில் நிலவு ஒரு தங்கக் கிண்ணம் போல் மிதந்துகொண்டிருந்தது. அதன் ஒளி அவன் உடலின் விளிம்புகளில் பொன்கோடிட்டது.

அவன் முழங்காலிட்டான். நகர்ந்து அவள் முன்னே வந்தான். திடீரென அவள் தொடைகளைக் கட்டிப் பிடித்து முகத்தைப் புதைத்துக்கொண்டு விம்மினான்.

சில்வி அவனைப் பலவந்தமாக உதறிவிட்டுப் பின் வாங்கினாள். குடிசைக்கு ஓடி, கதவை ஓங்கிச் சாத்திக்கொண்டாள்.

கடைசி ஒளிக்கதிரை வீசிய நிலவின் விளிம்பும் கடலில் கரைந்து மறைந்தது. அது சிதறிவிட்டுப் போன ஒளியும் மங்கிக்கொண்டிருந்தது. மணலில் முழங்காலிட்ட நிலையில், அப்படியே உறைந்து போயிருந்தான் தாசன்.

சில நிமிடங்கள் கழித்து வெளியே வந்தாள் சில்வி. அழுதுகொண்டே அவள் கேட்டாள்.

"நான்... கெட்டுப்போனவ எங்கிர எண்ணத்திலதானே என்னய நீங்க தொட்டீய?"

அவன் பதில் சொல்லவில்லை.

"அப்பிடித்தானே நெனச்சிய?" அவள் மேலும் விம்மினாள்.

அவன் அதற்கும் பதில் சொல்லவில்லை.

"பின்ன ஏன் இப்படிச் செய்திய?"

அவன் சிரமத்தோடு எழுந்தான். தலையைத் தொங்கப் போட்டுக்கொண்டு, மெதுவாகக் கடல் பக்கமாக நடந்தான்.

27

அதிகாலை. விடிவெள்ளி முளைக்கும் நேரம்.

"ஏலே தாசா, எந்திரிலே - நேரமாச்சு.......! அட ஒனக்கு என்னலே வந்தது - இப்பிடிப் பாயுமில்லாம, போர்வையுமில்லாம மணல்ல கெடக்கிர? எலே..... லே..!"

தாசனின் இடுப்பில் மிதித்தான் வால்டர்.

"வாரேன் போ!" தாசன் உடம்பை முறுக்கி முணுமுணுத்தான். கண்களைக் கசக்கிகொண்டே எழுந்தான். இரவு நிகழ்ச்சி நினைவுக்கு வந்தது. அது கனவா, அல்லது நனவா என்றே அவனால் தீர்மானிக்க முடியவில்லை. ஏன் இப்படிப் பண்ணினோம், இனி சில்வி மொகத்தில எப்பிடி முழிக்கிறது, வால்டரும், சைமனும் அறிஞ்சா என்ன நெனைப்பானுக. வால்டர் திரும்பிப்போவதைத் துக்கத்தோடு பார்த்துக்கொண்டு நின்றான் அவன்.

ஆங்காங்கே குடிசைகளில் தட்டிக் கதவுகள் திறந்தன. அவற்றின் வழியே நீண்ட சதுரக் கோலங்களாய் விளக்கொளி தெருவில் விழுந்தது. கணவன்மாரைக் கடலுக்கனுப்புவதற்காக, கலையாத தூக்கத்தோடும், கலைந்த ஆடையோடும் குடிலினுள்ளே பரபரத்துக் கொண்டிருந்த பெண்களின் நிழல்கள் அடிக்கடி இந்தக் கோலங்களில் குறுக்கிட்டன. ஊர் முழுதும் சேவல்கள் வீரியத்தோடு கூவிக்கொண்டிருந்தன.

தாசன் தன் குடிலுக்குள் போனான். விளக்கைப் பொருத்துவதற்குச் சோம்பலாயிருந்தது. இருட்டில் தடவி வட்டிலையும் சோற்றுப்பானையையும் கண்டுபிடித்தான். பானையைத் திறந்து உள்ளே கை விட்டு, நீர் விட்ட பழைய சோற்றைப் பிழிந்து வட்டிலினுள்ளே போட்டான். குழம்புச் சட்டியை அப்படியே சோற்றின் மேலே கவிழ்த்தினான். பிசைவதற்காகச் சோற்றில் கை வைத்தான், பரிதாபம்! வட்டில் ஒரு பக்கம். சோறு இன்னொரு பக்கம். குழம்பு இன்னும் ஒரு பக்கம். வருத்தம் ஒரு புறம். சிரிப்பு மறுபுறம்; அவன் சோற்றைக் குழம்பின் மேலே தள்ளினான். இரண்டையும் சேர்த்துப் பிசையத் தொடங்கினான்.

வீட்டினுள்ளே விளக்கொளி படர்ந்தது. திடுக்கிட்டுத் தாசன் வாசலைப் பார்த்தான். சில்வி உள்ளே வந்துகொண்டிருந்தாள். ஒரு கையில் கைவிளக்கு, மறு கையில் ஒரு போணி! தாசன் அவமானத்தோடு தரையில் கிடந்த சோற்றை மறைக்க முயன்றான்.

"ஐயையே, வெறுந்தரையில் சோத்தப் போட்டு இப்பிடியா தின்னுரது!" அவள் ஆச்சரியப்பட்டுக் கேலி தொனிக்கக் கூவினாள். முகத்தை அருவருப்போடு சுளித்தாள்.

"அனாதைப் பயலுக்கு பூமிதான் வட்டில்!" தாசன் தன் மகிழ்ச்சியை மறைத்துக்கொண்டு, ஒரு போலியான வருத்தத்தோடு சொன்னான்.

சில்வி விளக்கையும் போணியையும் கீழே வைத்தாள். அவனருகில் தரையில் குந்தி "ஐ, அருவருப் பான மனுசன்" திரும்பத் திரும்ப சொல்லிக்கொண்டே சோற்றை அள்ளி வட்டிலில் போட்டாள்.

"ஏ... நேரத்தோட பொண்ணு கட்டணுங்கிறது இதுக்குத்தானே!" கேலியாகப் பேசியபடி அவனைக் கடைக் கண்ணால் பார்த்துக்கொண்டே புறங்கையால் தன் நெற்றியில் விழுந்த மயிரை ஒதுக்கினாள்.

அவளுடைய செயல்கள் அவனைக் குழப்பத்தில் ஆழ்த்தின. ஏன் இவ்வளவு நெருக்கமாக, இவ்வளவு உரிமையோடு...எனக்கு உதவுகிறாள்? ஒருவேளை என்னைப் பரிசோதனை செய்கிறாளோ?

கந்தல் சேலையின் அடியில் வெள்ளை வெளேரென்று மினுங்கும் அவளுடைய பாதங்களைப் பார்த்தவாறு அவன் கவிழ்ந்தே இருந்தான்.

வட்டிலை அவன் முன்னே நகர்த்திவிட்டு, அவள் எழுந்தாள்.

"போணியில காப்பித் தண்ணி இருக்கு - குடியுங்க, கை கழுவிட்டு வாரேன்."

அவள் வருவதற்குள் வெளியே ஓடிவிட வேண்டுமென்று அவன் சோற்றை அவசர அவசரமாக விழுங்கினான். ஆனால் அவன் பாத்திரத்தில் கை கழுவிக் கொண்டிருந்தபோது அவள் உள்ளே வந்துவிட்டாள்.

"நீங்க போங்க, நான் கழுவி வைக்கிரேன்!" அவனிடமிருந்து அவள் எச்சில் வட்டிலைப் பிடுங்கினாள்.

"எலே தடியா, வாவுலேய்!" வெளியே வால்டர் கூச்சலிட்டான்.

தாசன் வெளியே வந்தான். உடுத்திருந்த வேட்டியை அவிழ்த்து வாசலில் எறிந்தான். மேலே போட்டிருந்த சட்டையைக் கழற்றி அதன் மேலே போட்டான். இடுப்பில் லங்கோடை இறுக்கிக் கட்டினான். சில்வியிடம் சொல்லிக்கொள்ளவா என்று தயங்கினான். அவளிடம் சொல்லாமலே புறப்பட்டான்.

சில்வி வாசலில் வந்து தாசன் போவதைப் பார்த்துக்கொண்டு நின்றாள். அவன் இருளில் மறைந்த பிறகு, குனிந்து அவனுடைய சட்டையையும் வேட்டியையும் எடுத்தாள். வேட்டியை வீட்டினுள்ளே கொடியில் எறிந்தாள். சட்டையைக் கையில் வைத்துக்கொண்டே சிறிது நேரம் யோசனை செய்தாள் பின் அதைச் சுருட்டி தன் முந்தானையினுள் மறைத்துக்கொண்டு, வாசலைச் சாத்திவிட்டுத் தன் குடிசைக்கு வந்தாள். கதவை உட்புறமாகத் தாளிட்டுவிட்டு, மடியிலிருந்த சட்டையை வெளியே எடுத்தாள். முகத்தில் ஒரு திருட்டுப் புன்னகை. ஒரு மூலைக்கு நகர்ந்து அந்தச் சட்டையை முகத்தோடு சேர்த்து முகர்ந்தாள். அதை நெஞ்சோடு அழுத்தினாள். பெருமூச்செறிந்தாள்.

28

துளாவு கோலை வால்டர் கட்டுமரத்தினுள் போட்டான். மரத்தின் விளிம்புகளைப் பிடித்துக்கொண்டு எழுந்தான். உறுதியான கழுத்தை நிமிர்த்திக் கரையைப் பார்த்தான். கரை வெறிச்சோடிக் கிடந்தது. மரக் கட்டையைப் பிடித்துக்கொண்டு அலையில் மிதக்கும் இரண்டு சிறுவர்களும், மணலில் மோப்பம் பிடிக்கும் ஒரு நாயும் மட்டுமே கண்ணில் பட்டன.

"வெரசாத் தொடு! வெரசாத் தொடு!" வால்டர் கைகளை முன்னோக்கி அசைத்தான்.

மரத்தின் நடுவே மண்டியிட்டு உட்கார்ந்திருந்த தாசன், வேக வேகமாகத் துளாவத் தொடங்கினான்.

"என்ன ஆனாலும் சரி, வலைக்குப் பதில் வலை வாங்காம விடப்படாது!" அவன் உறுமினான்.

"தரமாட்டேன்னு சொன்னா?"

"அப்பறம் அவன் முற்றத்தில அவன் வலை கெடக்குமா?"

முந்தின நாள் தாங்கள் கடலில் விட்டிருந்த வலையில் பட்ட மீன்களைச் சேகரிப்பதற்காகத்தான் தாசனும் வால்டரும் அதிகாலையிலேயே இவ்வளவு அவசரமாகக் கடலுக்குப் போய்க்கொண்டிருக்கிறார்கள். சைமனும், சூசையும் அன்று கடலுக்கு வரவில்லை. மாவட்டத்தில் வலை பின்னும் தொழிற்சாலை அமைப்பதற்கு எதிர்ப்பு தெரிவிக்கும் வகையில் அன்று டவுனுக்கு வரும் மீன்துறை அமைச்சருக்குக் கருப்புக்கொடி காட்டுவதற்காக அவர்களை ஜோசப் அழைத்துச் சென்றிருந்தான். ஆகவே தாசனும் வால்டருமாகத் தங்கள் வலையைக் கடல் முழுதும் தேடினார்கள். வலை அகப்படவே இல்லை. இம்மாதிரி நடப்பது இது இரண்டாவது தடவை. இருவருக்கும் பயங்கரக்கோபம்.

கிட்டத்தட்ட பொழுது உச்சியில் இருக்கும் பொழுது, அவர்கள் தங்கள் வலையைக் கண்டுபிடித்தார்கள். வலை சிப்பிப் பாறையில் ஒதுங்கிக் கிடந்தது. நாலு துண்டாக அறுபட்டு அது நார் நாராகக் கிழிந்திருந்தது. இனி அதைப் பயன்படுத்த முடியாது.

வலையை இழுத்து மரத்தில் போட்டபோது தாசனின் கண்கள் கலங்கி விட்டன.

சந்தேகமில்லை, இதை மிக்கேல்தான் செய்திருக்க வேண்டும். அதிகாலையில் அவருடைய போட் இந்த வழியே போனதை அந்தோனி பார்த்திருக்கிறார். அன்று முதன் முதலாகக் கடலில் இறங்கியவர் அவர்தான்.

ஏமாற்றத்தோடும், கோபத்தோடும் அவர்கள் கரைக்குத் திரும்பிக்கொண்டிருந்தார்கள். பேரலை ஒன்று மரத்தைக் கரைக்கு உந்தித் தள்ளியது. துடுப்புகளை எறிந்துவிட்டு, தாசனும் வால்டரும் நீரில் குதித்து நீந்தத் தொடங்கினார்கள். கரையில் ஒரு கட்டுமரத்தை மூடியிருந்த பன்னாவிலிருந்து ஆறுபேர் வெளியே வந்தார்கள். அவர்கள் மிக்கேலின் ஆட்கள் என்பதும், தங்களை அடிக்கத்தான் வருகிறார்கள் என்பதும் தாசனுக்கும் வால்டருக்கும் உடனே விளங்கிவிட்டது.

"எலே.... அவன் முந்திக்கிட்டான்..." வால்டர் கூச்சலிட்டான்.

"ஏ... நீ கெழக்காம போ... நம்ம ஆளுகளுக்குக் கை காட்டு." தாசன் பதிலுக்குக் கூச்சலிட்டான்.

எதிராளிகளின் கண்ணில் படாமலிருப்பதற்காக வால்டர் முக்குளித்து முக்குளித்துக் கிழக்கே நகர்ந்தான். தாசனோ சட்டென்று கடலின் ஆழத்துக்குப் பின் வாங்கினான். திரைமடக்கு மூர்க்கமாக அவன் மீது மோதியது. கடல் நீரில் பிரதிபலித்த சூரிய ஒளி அவன் கண்களைக் குத்தியது. அடிக்கொருதரம் அவன் சுறா மீன் போல நீரின் மீது எழும்பினான்.

மிக்கேலின் ஆட்கள் அலையருகே வந்தார்கள். தாசனை எதிர்பார்த்து இரண்டுபேர் அங்கேயே நின்றார்கள். மற்றவர்கள் வால்டரைக் கண்காணித்தபடி கிழக்கே நகர்ந்தார்கள்.

பட்டப்பகல். ஆனாலும் கடற்கரையில் யாரும் இல்லை. களைப்புத் தீரச் சாப்பிட்டுவிட்டு, மீனவர்கள் ஓய்வெடுக்கும் நேரம் யார் தங்களைக் காப்பாற்றப் போகிறார்கள்? இது முடிவுதானா! தாசன் அலைகளுக்கிடையே தத்தளித்தான். தான் இரவு சில்வியிடம் நடந்துகொண்டதும், காலையில் அவள் தன்னிடம் நடந்துகொண்டதும் —— நினைவுக்கு வந்தன.

மீன் விற்றுவிட்டு வந்திருப்பாளா சில்வி? ஜான் கடற்கரையில் தானே விளையாடிக்கொண்டிருப்பான்? தன்னை அவன் எதிர்பார்க்க மாட்டானா? எதிர்பார்த்துக் கடற்கரைக்கு வரமாட்டானா?

தாசன் நம்பிக்கையற்று கிழக்கே நீந்தினான். ஆனால் அதற்கிடையில் ஜான் வெளியே வந்துவிட்டான். கூச்சலிடும் வால்டரை அடையாளங் கண்டு தாயிடம் சொல்லி, ஊரைக் கூட்டிவிட்டான் போல. திரளாக சனங்கள் கடற்கரைக்கு ஓடி வந்துகொண்டிருப்பதை தாசன் பார்த்தான். மிக்கேலைப் பழிவாங்க வேண்டும் என்ற வெறியோடு கரைக்கு தைரியமாக நீந்தினான்.

29

இரவு மணி எட்டு இருக்கும். மாதா கோயில் மைதானத்தில் ஒரே வரிசையில் ஒன்பது நாற்காலிகள். ரெவினியூ இன்ஸ்பெக்டர், போலிசு இன்ஸ்பெக்டர், தாசில்தார், சர்க்கிள் இன்ஸ் பெக்டர், சாமியார், டி.எஸ்.பி., எம்.எல்.ஏ., ஆர்.டி.ஓ., மிக்கேல், ஆகியோரின் அலங்காரக் கொலுவீற்றிருப்பு, எதிரே செம்மறி ஆடுகள் போல வெள்ளை மணலில் நெருக்கமாக உட்கார்ந்திருந்த பரட்டைத் தலைகள்.

ஆர்.டி.ஓ. வுக்குக் குரல் குட்டை. பத்தடிகூட கேட்காது. ஆனால் அதிகாரிகளில் பெரியவர் அவர். சட்டையினுள் கையைவிட்டு நெஞ்சைத் தடவியபடி, தொண்டையைச் செருமினார், ஆகாயத்தை அடிக்கடி நிமிர்ந்து பார்த்தபடி , வாயை அசைத்தார். நிமிடத்துக்கு இரண்டுமுறை ஜனங்கள் தங்கள் குரல் வளையை அசைத்தார்கள். டி.எஸ்.பி தன் கைத்தடியால் மேசையைத் தட்டினார். எஸ்.ஐ. மிடுக்காக எழுந்தார். போலீசுக்காரர்கள் கூட்டத்தின் மேலே பாய்ந்தனர்.

சாமியார் எழுந்திருந்தார். சிலுவைக் குறியிட்டார். பக்திமயமான வருத்தத்தோடு அவர் தன் கருப்புத்தாடியை உருவினார். அவருடைய மூக்குக் குரல் ரயில்புகை போல் கூட்டத்தின் மேலே மிதந்தது.

"குற்றவாளியைத் தரையில உக்கார வையி!" சைமனின் சுருட்டைத்தலை கூட்டத்தில் நடுவில் டபுக்கென்று உயர்ந்தது. விளக்கொளியில் அது எரிவது போல் தோன்றிற்று. தொடர்ந்து ஆங்காங்கே சில தலைகள் புடைத்தன.

டி.எஸ்.பி. எழுந்தார். அவர் கை அசைத்தல், பேசுதல், தலைதிருப்புதல், மேசையைத் தட்டுதல், எல்லாமே துப்பாக்கி வெடித்தல் போலத்தான். ஜனங்கள் ஏழைகள்; தங்கள் சக்திக்குத் தக்கவாறு சரவெடியும் பட்டாசும் வெடித்தார்கள்.

இரவு இரண்டு நாப்பதுக்கு எம்.எல்.ஏ. எழுந்தார்.

"நீங்க மீன் பிடிக்கிற எடத்துக்கு அப்பால் மிக்கேல் மீன் பிடிப்பார். இனிமேல் நீங்களெல்லாம் அண்ணாவின் பேரால் ஒற்றுமையாக ...."

"எங்கள கொல்லுறதுக்கு மிக்கேல் ஆளனுப்பினது?" வால்டர் கூச்சலிட்டான்.

"அதுக்குத் தனியா பெட்டிஷன் குடுங்க, நடவடிக்கை எடுப்போம்" எஸ்.ஐ. உறுதியளித்தார்.

"எங்க மேலே போட்டிருக்கிற கேசு?" தாசன் கத்தினான்.

"அது சட்டம் ஒழுங்குப் பிரச்சனை, இதோட சேர்த்துக் கொழப்ப வேண்டாம்," டி.எஸ்.பி. விஷயத்தைச் சட்டபூர்வமாகத் தெளிவுபடுத்தினார்.

கூச்சலே தேசிய கீதமாகக் கூட்டம் கலைந்தது.

30

புதிதாகக் கட்டப்பட்டிருந்த தன் வீட்டின் முன் அறையில், பிரம்பினால் பின்னப்பட்ட பெரிய சாய்வு நாற்காலியில் மிக்கேல் சாய்ந்து கிடந்தார். மயிரடர்ந்த கருப்புக் கால்களை ஸ்டூலில் நீட்டியிருந்தார். பானைபோல் பருத்த வயிற்றில் அவர் கைகள் கிடந்தன. இடதுகை விரலிடுக்கில் சுருட்டு புகைந்துகொண்டிருந்தது. பற்களிடையே ஒட்டிக்கொண்டிருந்த உணவுத் துணுக்குகளை நாக்கால் துளாவிக் கொண்டிருந்ததால்

அவருடைய கொழுத்த முகம் கோணியிருந்தது. இமைகளில் ஒரு கனம், பார்வையில் ஒரு மிதப்பு, பாதங்களை ஆட்டியவாறு ஏதோ யோசனையிலிருந்தார்.

அவர் மனைவி மேரி, கால்களைத் தொங்கப் போட்டுக்கொண்டு கட்டிலில் உட்கார்ந்திருந்தார். ரொசாரியோ முதலாளியின் பெண்டாட்டிக்குச் சமமாக ஆவதற்கு இன்னும் கொஞ்சம் தான் பாக்கி. கண்ணில் தங்க பிரேமிட்ட கண்ணாடிகூட மாட்டியாச்சு. ஆனால் மனசுக்குள்ளேதான் ஒரே குடைச்சல். சட்டம் கட்டி மாட்டப்பட்ட சித்திரம் போல் ஜன்னல் வழியே தெரிந்த கடலைப் பார்த்துக் கொண்டிருந்தார் அவர். அன்று காலையில் அவர் கண்ட சின்னப்பயல் - சில்வியின் மகன் - அவர் மனம் முழுவதையும் ஆக்கிரமித்துக் கொண்டிருந்தான்.

சில்வியின் மகனை - அதாவது தன் பேரனை - மேரி பல முறை சாடை மாடையாகப் பார்த்திருக்கிறார். கூர்ந்து பார்க்கும் துணிவு இல்லாததாலோ, அல்லது அப்படியொரு நல்ல வாய்ப்பு ஏற்படாததாலோ, இதுவரை அவர் அந்தச் சிறுவனைத் தெளிவாகக் கண்டதில்லை. ஆனால் அவன் இன்று தன்னந்தனியனாய், அவருடைய வீட்டின்முன்னே விளையாடிக்கொண்டு நிற்கக் கண்டபோது அவருக்கு ஆச்சரியம் தாங்கவில்லை. என்ன அழகாயிருக்கானென்று வியந்தார். தன்னை யாராவது கவனிக்கிறார்களா என்று சுற்றுமுற்றும் கவனித்துவிட்டு, அவர் அவன் அருகே போனார்.

“ஏலே...... ஒன் பேரென்ன?”

நண்டுவளையைக் கில்லுவதை நிறுத்திவிட்டுப் பயல் தன் முகத்தை உயர்த்தினான்.

“ஜான்!”

பயலுடைய கண்கள்தான் என்ன கவர்ச்சி, அந்த மூக்கு, உதடு, புருவம்........அசல் ரூபன்தான். ரெண்டு வயசில அவனும் இதேபோல்தான இருந்தான்!

பிள்ளையைத் தூக்க, மார்போடு அணைத்துக் கொஞ்ச அவர் கொதியாய்க் கொதித்தார்.

“என்னத் தெரியுமாலே?”

அவன் தெரியாத பாவனையில் உதட்டைப் பிதுக்கினான்.

"ஒங்க அப்பா யாருலே?"

"எங்க அப்பா வருவாரு!" அவன் கம்பீரமாகச் சொன்னான்.

மேரி பயலை அள்ளி ஒரு முத்தம் கொடுத்துவிட்டுக் கீழே விட்டாள். அவன் மணலைத் தோண்டும் அழகைப் பார்த்துக்கொண்டு நின்றார்.

அதிலிருந்து அவருக்கு ஒரே பைத்தியம். 'அந்தப் பயலை நாமே எடுத்துக்கொண்டால் என்ன?' மத்தியானம் அவருக்குச் சாப்பாடு செல்லவில்லை, அந்தப் பயலைப்பற்றியே நினைத்துக்கொண்டிருந்தார். கணவன் வந்ததும் தன் ஆசையை வெளியிட வேண்டும் எனக் காத்திருந்தார். ஆனால் இப்போது அவரைக் கண்டதும் அவர் தயங்கினார்.

அவருக்கு வாழ்க்கை வெறுத்துப்போயிற்று, பிழைக்க வழியில்லாமல் அலைந்துகொண்டிருந்த இந்த மிக்கேலுக்கு எங்கிருந்து இவ்வளவு செல்வம் வந்தது? எல்லாம் தன்னைக் கலியாணம் செய்த பிறகுதானே! ஆனால் தன் சொல்லுக்கு மட்டும் இங்கே ஒரு விலையும் இல்லை. இரண்டு வருசமாகச் சொந்த மகனையே நிம்மதியாகப் பார்க்க முடியவில்லை. திருடன் போல இருட்டில் வருகிறான். அவன் சில்விக்குச் செய்த அநியாயம் தானோ என்னவோ, தன் மகளுக்கு இதுவரை திருமணம் நடக்கவில்லை. இளைய மகன் பன்றிபோல் தெருவில் புரளுகிறான், பள்ளிக் கூடத்துக்கே போக மாட்டேனென்கிறான்.

மேரிக்குத் திகைப்பாயிருந்தது. இதையெல்லாம் புரியாமல் இந்த மனிதர் உலகத்தையே விலைக்கு வாங்கி விட்டவர் போல எப்பேர்ப்பட்ட தெம்போடு அலைகிறார்! கணவன் மீது படர்ந்த அவருடைய பார்வையில் வெறுப்பு கொப்புளித்தது.

சுருட்டு ஆறிப் போயிற்று, அதை வெளியே எறிந்துவிட்டு, மடியிலிருந்து ஒரு புதிய சுருட்டை எடுத்து விரல்களால் பிதுக்கிக்கொண்டே "மக்கா, தீப்பெட்டி எடுத்திட்டுவா" என்று குரல் கொடுத்தார் மிக்கேல். சூசனா தீப்பெட்டி கொண்டு வந்தாள். அவள் பண்ணியிருந்த அலங்காரம் மிக்கேலின் கண்ணை

உறுத்தியது. "சீக்கிரம் ஒரு மாப்பிளையப் பாத்திர வேண்டியதுதான்" அவர் தனக்குள் முணுமுணுத்துக்கொண்டார்.

மேரி எழுந்து ஜன்னலுக்குப் போனார். வெற்றிலைச் சாறை வெளியே துப்பிவிட்டு கணவனின் முன்னே வந்தார்.

"ஏ என்ன, இப்பிடிப் போனா அது எப்பிடி?" என்றார் வருத்தத்தோடு.

"என்னது.....?" மிக்கேல் தன் தடித்த புருவங்களை உயர்த்தினார்.

"நம்ம ரூபன்தான் - ரொசாரியோ மொதலாளியும் மகளக் குடுக்கல்ல...இப்பிடியே இருந்தா..."

மிக்கேலுக்கு மனைவியின் கவலை புரிந்தது. மண்டபத்திலிருந்து வருபவர்கள் அனைவருமே ரூபனின் பெண் தொடர்புகளைப்பற்றிப் புகார் கூறத்தான் செய்கிறார்கள். ஆனால் அவன் அங்கே சும்மா இருக்க வில்லையே, பெரிய கமிஷன் ஏஜண்டு என்று பேர் வாங்கிவிட்டானே. அடுத்து ஒரு போட் வாங்குவதற்குக் கிட்டத்தட்ட ஏற்பாடு செய்து விட்டானே.

"அது ரொசாரியோ . மொதலாளியோட மூத்த மக இவனக்கட்டமாட்டேன்னுட்டாளாம். வேற எவனோடவோ பழகிட்டாளாம்.

அதுக்கு நாம என்ன செய்ய முடியும்?" மிக்கேல் அலட்சியமாகச் சொன்னார்.

"அது சும்மா! நம்ம விடவும் நல்ல எடம் வந்த ஒடனே அவக நம்மைக் கைவிட்டுட்டாக!"

"உம்..."

மேரி கட்டிலில் உட்கார்ந்தார். தன் விலையுயர்ந்த நைலக்ஸ் சேலையின் விளிம்பில் நூல் பிரித்தார். திடீரென்று கேட்டார்.

"சில்வி மகனைப் பாத்தீயளா?"

"எந்த . . . . எந்த சில்வி மகன்?" மிக்கேல் லேசாகத் தடுமாறினார். செருமினார்.

"பய எப்பிடி இருக்கான் பாத்தியளா?"

மிக்கேல் சுருட்டை வாயில் வைத்து இழுத்தார்.

"இன்ன காலையில நம்ம வீட்டு முன்னே வெளையாடிட்டிருந்தான்......"

"உம்....."

"ஒங்க அப்பா யாருண்ணேன்; எங்க அப்பா வருவார்ங்கிறான்!" அவர் பெருமை பொங்க முறுவலித்தார்.

"ஆமா ஆமா வருவான்!" மிக்கேல் வெறுப்போடு உறுமினார். திடீரென்று அவருக்குக் கோபம் வந்து விட்டது.

"நீ அந்த அப்பன் அறியாத பிள்ளக்கிட்ட பேச்சுக் குடுத்தியாக்கும் ! இவ்வளவும் பார்த்தாப் போதும் ஊர்க்காரனுக்கு!" என்று கூச்சலிட்டார்.

"ஓ, இல்லாட்டா தெரியாது!" அவர் வெறுப்போடு படபடத்தார்.

பேச்சு முறிந்தது. மிக்கேலு எழுந்தார். சுருட்டைப் புகைத்துக் கொண்டே அங்குமிங்கும் லாந்தினார்.

31

கமலூசுக்கு ஒரு வாரமாக ஓய்வே இல்லை. இந்த ஆண்டு குழந்தைகள் தினத்தை ஒவ்வொரு பஞ்சாயத்து யூனியனும் சிறப்பாகக் கொண்டாடப் போகிறது என்று அறிந்ததும், அவன் நேரே பஞ்சாயத்து யூனியன் அலுவலகத்திற்கே போய்விட்டான். அங்கே அதிகாரிகளைச் சந்தித்து, தன் ஊரில் குழந்தைகள் தினம் கொண்டாடுவதற்கு தான் எல்லா ஏற்பாடும் செய்வதாக உறுதி கூறி, அவர்களைக் கவர்ந்து விட்டான். ஒரு நாள் அதிகாரிகளோடு ஜீப்பில் வந்து ஊரையே திகைப்படையச் செய்தான். ஊரிலுள்ள பணக்காரர் யார் என்று அதிகாரிகள் விசாரித்தபோது, எந்தத் தயக்கமுமின்றி கமலூசு அவர்களை மிக்கேலின் வீட்டுக்கு அழைத்துச் சென்றான்.

மிக்கேலுக்கும் சந்தோஷம். ஊரில் தன்னை வலுப் படுத்திக்கொள்ள இது நல்ல தருணம் என்று அவர் நினைத்தார். விழாவுக்கான சகல செலவுகளையும் அவர் ஏற்றுக்கொண்டார்.

அவர் வீட்டில் இருந்தவாறே அதிகாரிகள் காலையிலிருந்து சாயங்காலம் வரைக்குமான ஒரு திட்டம் வகுத்து, கமலூசிடம் கொடுத்தார்கள்.

கமலூசுக்குப் பெருமை பிடிபடவில்லை. இரவு பகல் பாராது அவன் வேலை செய்தான். மிக்கேல் கொடுத்த பணமோ, அல்லது வால் போஸ்டர்களில் பெரிய எழுத்தில் தோன்றிய அவன் பெயரோ மட்டுமல்ல காரணம். அடுத்த தேர்தலில் தன்னைப் பஞ்சாயத்துத் தலைவராக்கிவிடுவதாக மிக்கேல் வாக்களித்திருந்ததே முக்கிய காரணம். தாசன் முதலிய தன் கூட்டாளிகளுக்குக்கூட அவன் இதைச் சொல்லவில்லை. நல்ல காலம். அன்று அவர்களால் அவனுக்குத் தொந்தரவு இருக்காது. கட்டுமரத் தொழிலாளர் சங்கத்தையும் அவர்கள் அன்றுதான் தொடங்குகிறார்கள்.

காலையிலேயே விளையாட்டுப் போட்டி தொடங்கிவிட்டது. ஊர்க்காரர்கள் யாரும் அன்று கடலுக்குப் போகவில்லை. ஓடுதல், பந்து எறிதல், நாற்காலி சுற்றுதல், கரண்டியில் கோலிக்குண்டை வைத்துக்கொண்டு ஓடுதல், இப்படியாக எத்தனையோ போட்டிகள். அகப்பட்ட சிறுவர்களையெல்லாம் போட்டியில் ஈடுபடுத்தி, ஜமாய்த்துக்கொண்டிருந்தான் கமலூசு. ஒரே வேடிக்கை. ஆணையாளர் சிரித்தார். ஈ.ஓ.க்கள் சிரித்தார்கள். எல்லாரும் சிரித்தார்கள். மிக்கேல் மட்டும் உம்மென்று உட்கார்ந்திருந்தார். இந்தப் பயல் கமலூசு தன் ஆள் போல் நடித்துக்கொண்டே தனக்குக் குழி தோண்டுகிறானோ என்று அவர் சந்தேகப்பட்டார்.

சங்கதி இதுதான்; சில்வி மகன் ஜான் விழா காண வந்திருந்தான். தாசன் வாங்கிக் கொடுத்திருந்த ஒரு கரு நீல நிறக் கால் சட்டையும், அதே நிறத்தில் ஒரு சிவப்புநிறச் சட்டையும் அணிந்திருந்தான். இடப்பக்கம் வகிடெடுத்துத் தலையை அலங்காரமாகச் சீவியிருந்தான். முகத்துக்குப் பவுடரும் பூசியிருந்தான்.

வந்த உடனேயே பயல் விளையாட்டுக் களத்தினுள் நுழைந்து, விசிலும் கையுமாக நின்ற கமலூசின் கையைப் பிடித்துக்கொண்டான். கமலூசு அவனைத் தூக்கி முத்தம் கொடுத்தான். மூன்று வயதுக் குழந்தைகளுக்குரிய

விளையாட்டுகளில் அவனை ஈடுபடுத்தினான். ஆச்சரியம் என்னவென்றால், அவன் கலந்துகொண்ட விளையாட்டுகளிலெல்லாம் அவனுக்குத்தான் வெற்றி.

முதலில் இந்த ஜான் யார் என்பது மிக்கேலுக்குப் பிடிபடவில்லை. இசை நாற்காலிப் போட்டி நடந்து கொண்டிருந்தபோது, அவருடைய ஆட்களில் ஒருவன், மேடையில் ஏறி மிக்கேலின் காதைக் கடித்தான்.

"பய யாரு தெரியுதா?"

"யாரு?"

"சில்வி மகன்..! ஒங்க ..."

மிக்கேலுக்கு மேடையில் உட்கார்ந்திருக்க முடிய வில்லை. பயலை வெளியே துரத்தவும் வழியில்லை. இப்படி ஒரு சிக்கல் ஏற்படும் என்று அவர் கனவிலும் எதிர்பார்க்கவில்லை. கடுமையாகத் தலைவலித்தது அவருக்கு. விளையாட்டு நிகழ்ச்சிகள் கண்ணைக் குத்தின. மேடையிலிருந்தவர்கள் பகைவர்கள்போல் தோன்றி னார்கள். ஒருவரிடமும் சொல்லாமல் அவர் மேடை யிலிருந்து இறங்கி, தன் வீட்டுக்குத் தள்ளாடியபடியே நடந்தார்.

32

தாழம்பூவின் கம்மென்ற மணத்தைக் காற்று கொள்ளையிட்டுக் கொண்டு வந்தது. அபரிமிதமான புத்தம் புதிய மணம். தாசனால் திரும்பிப் பார்க்காமல் இருக்க முடியவில்லை. கீழே, வாய்க்காலின் அருகே தனியாக நின்ற நெடிய தாழையின் தலையில் பச்சை மடல்களுக்கிடையே பட்டுக் குஞ்சம் போல பொன்னிறத்தில் ஒரு தாழம் பூ. கொஞ்ச நாட்களுக்கு முன்னே தான் சிறுவர்கள் விளையாட்டாக இந்தத் தாழையைக் கொளுத்தியிருந்தார்கள். மடலெல்லாம் எரிந்து, கொண்டை சரிந்து, பரிதாபமாக நின்ற அந்த மரம் அதற்குள் தளிர்த்துப் பூக்கவும் செய்துவிட்டது!

எதாவது கல் கிடைக்கிறதா என்று சுற்றுமுற்றும் தேடினான் தாசன். வெள்ளை மணலில் ஒரே ஒரு ஒட்டுத்துண்டுதான் கிடந்தது. அதைக் குனிந்து எடுத்துவிட்டு,

மணற் சரிவில் இறங்கி மரத்தின் அருகே வந்தான். குறிதவறாமல் எறியும் திறனுடையவன் அவன். ஒரே எறியில் பூக் காம்பு ஒடிந்துவிட்டது. பச்சை மடல்களில் வழுகி, சாய்வான மணலில் விழுந்தது. அவன் பிடிக்குமுன்னே அது உருண்டு வாய்க்கால் நீரில் விழுந்துவிட்டது. பக்கத்தில் அமைக்கப்பட்டிருந்த ஒரு கயிற்றுத் தொழிற்சாலையின் கழிவு நீரால் நாறிய அந்த நீரில் பூ மிதந்தது. இனி அந்தப் பூவைக் கையில் எடுக்கவோ, முகர்ந்து மகிழவோ ஆகாது. ஏமாற்ற உணர்வோடு தாசன் அதைப் பார்த்துக் கொண்டு நின்றான்.

"ஏ … யாருக்காகப் பூ பறிக்கிறீக …?"

சில்வியின் குதூகலமான வெள்ளிக் குரல். மேலே மணல் குன்றின் உச்சியில் நின்றுகொண்டிருந்தாள் அவள். வெள்ளை ரோஜாக்கள் நிறைந்த சிவப்புக் கைத்தறிச் சேலையைக் கச்சிதமாகக் கட்டியிருந்தாள். அதன் முந்தானை காற்றில் படபடத்துக்கொண்டிருந்தது. இங்கிருந்து பார்க்க, அவள் வானத்தில் தலை இடிக்க எட்டாத உயரத்தில் நின்றுகொண்டிருப்பது போல் தோன்றிற்று.

தாசன் மணல் சரிவில் மெதுவாக ஏறினான்.

"யாராவது பிடிச்சவளக் கலியாணம் பண்ணிக்கிட்டா, கொத்துக் கொத்தாப் பூப்பறிச்சி கொண்டையில சூடலாமே!" அவள் குறும்புத்தனமாக அவனைப் பார்த்துச் சிரித்தாள்.

"பார்க்க வேண்டியதுதான்!" அவனும் அழுத்தலாக முறுவலித்தான்.

"ஓங்க அப்பா பொண்ணு பார்க்கிறாராமே?"

"ஏ யார் சொன்னா"

"யாரு - ஒம்ம தங்கச்சி! குளிக்கப் போகையில சொன்னா!"

"ஓ………?"

"கல்யாணம் பண்ணிருங்க - அல்லது ஊர்ச் சிறுக்கி எவளாவது ஒங்களக் கெடுத்துப் போடுவா!"

"என்னது?" நாக்கைக் கடித்துக்கொண்டே தாசன் அவளை அடிக்கப் போகிறவன் போல் கையை ஓங்கினான். இருவரும் குழந்தைகள் போல் சிரித்தார்கள்.

விளையாட்டு விழா ஆரவாரம் திடீரென்று பொங்கிக் கடற்கரையெங்கும் நிறைந்தது.

"நம்ம ஜான்தான் எல்லாத்திலயும் ஜெயிக்கிபரானாம்" சில்வி முகத்தில் பிடிபடாத பெருமை. கைகளை உயர்த்தி தன் பெரிய கொண்டையை அவிழ்த்து முடித்தாள். காற்று மோதி அவளுடைய சேலை படபடத்தது. அவள் உடம்பு தள்ளாடியது. மேல்வானம் அவள் மீது பொன்னைச் சொரிந்தது.

தாசன் பிரம்மித்துப்போய் அவளைப் பார்த்துக் கொண்டே நின்றான்.

ஏலே.. என்ன, ரெண்டுவேரும் ஜெபம் பண்ணுறீயளா?"

சைமனின் கிண்டலான கூச்சல், மணல் மேட்டின் மேற்கு அடிவாரத்தில் கேட்டது. சைமனுடன் சூசையும் ... மேலே ஏறிக்கொண்டிருந்தான். இருவருமே வெளுத்த லுங்கி-பனியன் உடுத்தி, தலை சீவி, முகத்துக்குப் பவுடர் போட்டு, ஏதோ திருவிழாவுக்குப் புறப்படுகிறவர்கள் போல் தோன்றினார்கள்.

தாசன் தன் சிலும்பிய சுருட்டைத் தலையைக் கோதிக்கொண்டே, உறுதியான வெள்ளைப்பல் வரிசையைக் காட்டி அவர்களை வரவேற்றான்.

"ஏ... வெள்ளையுஞ் சொள்ளையுமா எங்க போறிய?" சில்வி முகத்தில் பரிகாசம் பொங்குது.

"தாசனுக்குக் கலியாணம் பண்ணி வச்சிரலா மாண்ணுதான் ..." குறும்பாகக் கண் சிமிட்டினான் சைமன்.

சில்வியின் மஞ்சள் முகம் ரோஜாப் பூப்போல் சிவந்து விட்டது. கண்களில் மருட்சி.

"போ மனுசா!" பொய்க் கோபத்தோடு வெடித்தாள் அவள்.

"ஏ...தாசனுக்குக் கலியாணமுண்ணா நீ ஏன்ல வெடிக்கிர?" சூசையின் பொடிக்குரல் அவள் செவியில் சுருக்கென்று தைத்தது.

சில்வி குழப்பமடைந்தாள். சூசைக்குப் பதில் சொல்ல முடியாமல் வாயைப் பிளந்தாள். "ஏ இவன் யாரு...." என்று

எரிச்சலோடு முணுமுணுத்தாள். விடுவிடென்று மணற்சரிவில் இறங்கி தன் குடிலினுள் நுழைந்தாள்.

பேச்சை மாற்ற விரும்பி, தாசன் கேட்டான் "ஜோசப் வந்தாச்சா?"

"தோழர் சந்திரனக் கூப்பிடப் போயிருக்கான்" சைமன் உற்சாகமாகக் கத்தினான். "டவுன் நாகப்பா" மில்லில சாயங்காலம் அஞ்சு மணிக்கி கேட் மீட்டிங் இருக்காம். அது முடிஞ்சதும் ஜோசப்போட அவரு பஸ்ஸில இங்க வந்திருவாரு. ஏழு மணிக்கெல்லாம் நீ வந்திரணும்! சில்வி.... ஏ சிலுவி....

"ஏ?" பாதி கோபத்தோடும் பாதி வெட்கத்தோடும் வாசலில் தலையைக் காட்டினாள் சில்வி.

"நீயும் தாசனோட வந்திரு! ஜோசப்புக்கத் தங்கச்சி வர்ரா. அவகிட்ட பேசிப்பாரு புது மனுசியா மாறிடுவ"

"நான் வரமாட்டேன்!" சில்வி முறைத்தாள்.

சைமனும் சூசையும் மணலில் உட்கார்ந்தார்கள். தாசன் அவர்கள் எதிரே உட்கார்ந்தான்.

"ஆக, நம்ம தேசத்திலயும் சோசலிசம் கொண்டு வராம நீங்க விடமாட்டீய!" என்றான் அவன் கேலியாக.

சூசைக்குக் கோபம் வந்துவிட்டது. விரல்களால் தன் நார்த் தலையை ஒதுக்கிக்கொண்டே அவன் கேட்டான்.

"ஏன், இந்தியாவில மனுசன் இல்லாம சுறா மீனும் திமிங்கலமுமா இருக்கு!" சோசலிசம்னா என்னலே. ஒருத்தன ஒருத்தன் சுரண்டாம, ஒருத்தன ஒருத்தன் ஒடுக்காம, எல்லாரும் ஒற்றுமையா வாழுற வாழ்க்கை. இது இந்தியாவுல ஏன்லே வராது?

"சரி சரி அதெல்லாம் பெறவு" என்று சமாதானம் பண்ணினான் சைமன். "தோழர் சந்திரனுக்கு நீதான் மால போடுரா..... ஹ்ம் எப்பேர்ப்பட்ட மனுசன் தெரியுமா அவரு.....? பார்க்க சாதாரணமாத்தான் இருப்பாரு- அனா அவரு பேசும்போது கேக்கணும். போலிசுக்காரன எல்லாம் போடா

பிஸ்கோத்துண்ணுவாரு. சாதி, மதத்தையெல்லாம் தாண்டி மனுசன் ஒண்ணுலே. அவர் பேச்ச நீ கேக்கணும்."

"எலே அவரு என்ன சாதி?"

"நம்ம மாதிரிதான்- மனுச சாதி. அதில ஏழ சாதி!" சைமன் சிரிக்காமல் சொன்னான். "தொழிலாளிகிட்ட போயி கேளு, அவர் என்ன சாதிண்ணு......! அவக தொழிற்சங்க ஆபிசுக்குப் போயி பாரு...... உழைக்கிற மனுசரெல்லாம் ஒண்ணுலே!"

சைமன் தான் டவுனில் தொழிற்சங்க அலுவலகத்தில் கண்ட புதுமைகளைக் கட்டுப்படுத்த முடியாத ஆர்வத்தோடு சொல்லத் தொடங்கினான்.

தாசனின் செவிகளிலோ விளையாட்டு விழாக் கூச்சல்கள் புதுக் கள்ளின் மணத்தைப் போல அலை மோதின.

33

மாலை ஐந்து மணிக்குச் சிறந்த குழந்தை தேர்வு. ஆரம்ப சுகாதார நிலைய மருத்துவ அதிகாரி ஒருவரும், யூனியன் சுகாதார ஆய்வாளர் இருவரும் வந்திருந்தனர். பதினேழு குழந்தைகள் போட்டியில் கலந்து கொண்டன. மேடையில் மூன்று நடுவர்கள் தனித்தனியாக உட்கார்ந்திருந்தார்கள். குழந்தையின் உயரம், எடை ஆகியவை அளவிடப்பட்டன. கண்ணும் வாயும் செவியும் பரிசோதிக்கப்பட்டன. ஒவ்வொரு குழந்தையிடமும் கேள்விகள் கேட்கப்பட்டன. நடுவர்களின் கைகளிலிருந்த காகிதங்களில் மதிப்பெண்கள் பதிவாயின.

பெயர்ப்பட்டியலுடன் கமலூசு மேடையில் நாட்டியமாடிக்கொண்டிருந்தான். நீலநிற முழுக்கால் சட்டை, சிவப்பு நிறத்தில் முழுக்கைச் சட்டை. இடையில் பட்டை போல வெள்ளை பெல்ட்டு. கண்களில் கருப்புக் கண்ணாடி. சினிமா நடிகன் போலவே அவன் தோன்றினான். ஒவ்வொரு பெயராக அவன் மைக்கில் சொல்ல, குழந்தைகளின் பெற்றோர் குழந்தையைத் தூக்கி மேடையில் விட்டனர். சில குழந்தைகள் பயந்து பின் வாங்கின. சில அழுதன. சில குழந்தைகளே மேசை அருகில் போயின.

ஜான் மிக உற்சாகமாக மேடைக்குப் போனான். கேட்ட கேள்விகளுக்கு டக் டக்கென்று பதில் சொன்னான். அனைவரையும் நொடியில் கவர்ந்துவிட்டான்.

நிரம்ப நேரக் கூட்டிக் கழிப்புக்குப் பிறகு, எல்லாரும் எதிர்பார்த்தபடியே ஜான் சிறந்த குழந்தை என்று அறிவிக்கப்பட்டான். ஒரே கைத்தட்டல்-ஆரவாரம்.

டாக்டர் மேசையில் பேனாவால் தட்டி கமலூசை அழைத்தார்.

"என்ன சார்?" கமலூசு ஒரு கையில் ஜானைத் தூக்கிக்கொண்டும் மறுகையில் மைக்கைப் பிடித்துக் கொண்டும் மேசையருகே போனான்.

"பையனோட அப்பா பேரென்ன?"

கமலூசு திடுக்கிட்டான். அவன் நெட்டைக் கழுத்து புடைத்தது. வேகமாக இமைத்தான். ஜான் வழுகி மேடையில் கால் ஊன்றினான்.

"பையனோட அப்பா பேரக் கேக்கிறேன்!" டாக்டர் அழுத்தம் திருத்தமாகக் கேள்வியைத் திரும்பச் சொன்னார்.

"அம்மா பேரு சில்வி!" விடை கண்டுபிடித்துவிட்ட குதூகலத்தோடு கமலூசு கத்தினான்.

டாக்டர் கையை நீட்டி குழந்தையின் முதுகைச் செல்லமாகத் தட்டினார்.

"அப்பா பேரு என்னடா, ராஜா?".

"அப்பா வருவாரு!" பையன் கம்பீரமாகச் சொன்னான்.

டாக்டர் சிரித்துவிட்டார். மற்ற நீதிபதிகளும் சிரித்தார்கள். கூட்டமும் கலகலப்படைந்தது.

"எம் பேர வேணுமான்னா போட்டுக்கோங்க சார். அது போதும்" கமலூசு டாக்டரிடம் கெஞ்சினான்.

"ஏன், அப்பா பேரச் சொன்னா என்ன?" டாக்டர் எரிச்சலடைந்தார்.

முன்வரிசையில் உட்கார்ந்திருந்த கடல் தொழிலாளி பனியடிமை எழுந்தார். ஆறரை அடி உயரமும் மூன்றடி அகலமும் உடைய அந்த கருப்பான ராட்சச உருவம் காலை அகற்றி அகற்றி கம்பீரமாக நடந்து மேடையருகே வந்தது. நன்றாகக் குடித்திருந்த அவர் கண்கள் சிவந்து உருண்டன.

"பையனுக்க தவப்பன் பேரா....? எழுதும், அவன் பேரு ரூபன்! இவ்வளவு நேரமும் மேடையில இருந்தாரே, மிக்கேலு.. அவரோட மகன் ரூபன். சும்மா குறிச்சிக்கிடும்!"

டாக்டர் பயந்துவிட்டார். தன் பக்கத்தில் உட்கார்ந்திருந்த பிடிஓ வைப் பார்த்தார். இருவரும் குசுகுசுத்தார்கள்.

"அத அவர் வந்து சொன்னாத்தானே குறிக்க முடியும்?" டாக்டர் தயக்கத்தோடு இழுத்தார்.

"ஏன் நான் சொன்னாப்போதாதா?" பனியடிமை கேட்டார். இந்த ஊரே சொல்லுமே!

"சம்பந்தப்பட்ட ஆளுதான் சொல்லணும்!" பி.டி.ஓ. கறாராகச் சொன்னார்.

பனியடிமை கூட்டத்தை பார்த்துத் திரும்பினார்.

"ஏ, எல்லாரும் வாருங்கவே. மிக்கேலப் போயி கேப்போம். இந்தப் பிள்ளைக்கித் தகப்பன் யாருங்கத அவரே சொல்லட்டும்...

ஜே ஜே என்று கூட்டம் மிக்கேல் வீட்டுக்குக் கிளம்பியது.

34

பின் கதவு தட தடவெனத் தட்டப்பட்டது. மிக்கேல் தன் சாய்வு நாற்காலியிலிருந்து துள்ளி எழுந்தார். பித்துப் பிடித்தவர்போல் அறையின் குறுக்கே ஓடினார். அவருக்குப் பயந்துபோன அவருடைய மனைவி உள் அறையிலிருந்து பூனைபோல் எட்டிப்பார்த்துவிட்டுப் பின் வாசலுக்கு ஓடினார். கதவைத் திறந்தார்.

மேல்முச்சு வாங்க மகள் சூசனா வீட்டினுள்ளே பாய்ந்தாள்.

"அவக வாராக!"

"எவக?"

"ஊர்க்காரக்கி!"

"எதுக்கு?"

"சில்வியோட மகன் இருக்கானில்ல - அவன் தகப்பன் யாருங்கத விசாரிக்கதுக்கு."

"ஐயையோ!" அரற்றிக்கொண்டே மேரி முன் அறைக்கு ஓடினார்.

"ஏ கேட்டீயளா?"

"போ, ஒழிஞ்சி போ! மிக்கேல் வெற்றிலைத் தட்டத்தை அவர் மேலே வீசினார். அவர் தன் அறைக்குத் திரும்பி ஓடினார்.

முன் பக்கம் பேரிரைச்சல் கேட்டது. டப டப டப வென்ற இடியால் முன்கதவு அதிர்ந்தது. கூரையிலிருந்து காரை பெயர்ந்து விழுந்தது.

மிக்கேல் மேசைமேலே ஏறி கூரையில் செருகி வைக்கப்பட்டிருந்த வாள் போன்ற நெடிய வேளாமுள்ளைக் கையில் எடுத்தார்.

சன்னலில் உற்றுப் பார்த்த ஒருவன் கத்தினான்; "எலே வேளா முள்ளு வச்சிருக்காரு - கவனம்!"

கதவில் இடி பயங்கரமாக விழுந்தது. மிக்கேல் சன்னல்களைச் சாத்தினார். அதற்குள்ளே கதவு இரண்டாகப் பிளந்து சுவர்களில் மோதிற்று. கதவை இடித்த கட்டுமரத்துத் தடி நடுவீட்டினுள் விழுந்தது. ஆட்கள் திமு திமு வென உள்ளே நுழைந்தார்கள். சினை ஆட்டைப் பிடிப்பதைப் போல, அவர்கள் மிக்கேலைப் பிடித்தார்கள். வெளியே இழுத்துக்கொண்டு வந்தார்கள்.

"ஐயோ, ஐயோ, என் புருசனக் கொல்லாதீய!" மேரி கூக்குரலிட்டுக் கொண்டே பின்னால் ஓடினார்.

"அப்பா அப்பா!" என்று மகளும் அழுதாள்.

கூட்டம் விழா மேடையை நோக்கி ஆர்ப்பரித்துக் கொண்டே நகர்ந்தது. அதன் கைகளில் மிக்கேல் பிடிபட்ட ஒரு கடல்பன்றி போல் கிடந்தார். உரிந்து போன அவர் வேஷ்டியை ஒருவன் அவர் உடம்பில் சுற்றினான். பிடியும். கொஞ்ச நஞ்சம் மிஞ்சியிருக்கிர மானத்தையாவது விடாதிரும்............

35

பிரம்மாண்டமான தங்கவட்டம் வானில் தென்னந் தோப்புக்களுக்கு மேலே மிதந்தது. அதன் குளிர்ச்சியான ஒளி கடல் முழுவதும் படர்ந்து கிடந்தது. ஊரில் அரவமில்லை. விழா நடக்குமிடத்தில் ஆரவாரம் பொங்கிக்கொண்டிருந்தது. மணல் மேட்டிலோ ஒரு ஏகாந்த மௌனம் நிறைந்திருந்தது.

தாசனை எதிர்பார்த்து சில்வி மணல்மேட்டில் உட்கார்ந்திருந்தாள். குடிசைகளுக்கும், மாதா கோயிலுக்கும், சவுக்குத் தோப்புக்கும் அப்பால், அடி வானத்தில் குவிந்து கிடக்கும் மேகங்களை அவள் வைத்த கண் வாங்காமல் பார்த்துக்கொண்டிருந்தாள். பளிச்சுப் பளிச்சென்ற மின்னொளியில் அடிவானத்து மேகங்கள் பிரகாசித்தன. மேகக் குவியல்கள் மீது மின்னல் கொடிகள் ஒளிப் பாம்புகளாய் ஊர்ந்தன. மரக்கிளைகளைப் போல அவை கிளை விட்டன. தீக்குழம்புகள் போல மேகச் சரிவுகளில் வழிந்தன. வானத்துக்குள்ளே கோடிக்கணக்கான மின்னல்கள் கூடுகட்டி வாழுவது போலவும், திடீரென்று ஒரு மின்னல் சந்தடி செய்யாது கூட்டைத் திறந்துகொண்டு வெளியே வந்து ஒரு வினாடி ஊர்ந்து விளையாடிவிட்டுத் திரும்பவும் கூட்டுக்குள் நுழைந்துகொள்ளுவது போலவும் அவளுக்குத் தோன்றிற்று.

சட்டைப் பொத்தான்களை மாட்டியவாறு தாசன் தன் குடிசையிலிருந்து வெளியே வந்தான். கதவைச் சார்த்தி தாளிட்டுவிட்டு அவன் முற்றத்தில் நின்று சட்டைக் கைகளை

முழங்கைக்கு மேலே மடக்கினான். ஓசையின்றி மண்மேட்டில் ஏறினான். நிலாவையும் அதன் பின்னணியில் கனவாய் உறைந்திருக்கும் சில்வியையும் கண்டபோது, கட்டுமரத் தொழிலாளர் சங்கத்துக்குப் போகாவிட்டால் குடிமுழுகிவிடவா போகிறது என்ற எண்ணம் அவனுக்குள் எழுந்தது.

“இன்னிக்கு எப்பிடியாவது அவகிட்ட கேட்டிரணும்!” என்று முடிவு செய்துகொண்டே அவன் தொண்டையைச் செருமினான்.

நரி ஊளை போல கமலூசின் கர்ணகடூரமான குரல் கீழே கேட்டது. “சனியன்!” என்று முனகிக்கொண்டே தாசன் திரும்பினான். கமலூசும், அவன் பின்னால் வால்டரும் ஓடிவந்துகொண்டிருந்தார்கள்.

“ஏலே- தெரியுமா?” கமலூசு கூச்சலிட்டான்.

“ஏன்ல கத்துறா? நாயே !” தாசன் கடுகடுப்போடு கத்தினான்.

“கொழந்தைப் போட்டியில நம்ம ஜான்தான் மொதல்ல!”

“அப்பிடியா!” சில்வி துள்ளி எழுந்தாள். அவளுக்கு சந்தோசம் தாங்கல்ல.

தாசனுக்கு அதைவிட சந்தோசம்.

“மிக்கேல் செத்தான்!” இரண்டு கைகளையும் விரித்து அவன் கத்தினான்.

“ஆஹா, ரொம்பச் சரி, மிக்கேல் செத்தே போனான்!” வால்டர் கூத்தாடினான்.

“விசயத்தச் சொல்லுலே!” தாசன் ஆவலால் அவன் தலைமயிரைப் பிடித்து உலுக்கினான்.

“சொல்லுவே!” சில்வியின் கண்கள் நட்சத்திரங் களைப் போல் சுடர் வீசின.

“சொல்லுரோம்! எங்களுக்கு நாலு பாட்டில் அரிஷ்டம் வாங்கித் தருவியா?” கமலூசு பிகு பண்ணினான்.

“தர்லாம் சொல்லுலே!”

"மிக்கேலு சிக்கிக்கிட்டாரு"

"எப்பிடிலே?"

"ஏ.... நீங்க இன்னும் அறியயில்லியா? ஜானுக்குப் பரிசு குடுக்கணுமில்ல, தகப்பன் பேர டாக்டர் கேட்டாரு; நாங்க போயி மிக்கேலவே இழுத்துக் கொண்டாந்துட்டோம்!" கமலூசு தாசனின் மீது பாய்ந்து அவன் முதுகில் குத்தினான். நம்ம மக்க எந்திரிச்சா எதுலே குறுக்க நிக்கும்?

சில்வியின் முகம் வெளிறிவிட்டது. அதிர்ச்சியால் அவள் வாய் பிளந்துகொண்டது. இரண்டு கைகளாலும் நெஞ்சை அமுக்கிக்கொண்டே அவள், "சேசுவே!" என்று அலறினாள்.

"பிறவு?" தாசன் அவசரப்பட்டான். "அவரு ஒப்புக்கொண்டாரா?"

"விடுவமா?" கமலூசு தாசனைத் தள்ளிவிட்டு மணலில் குட்டிக்கரணம் போட்டு, சில்வி முன்னே விழுந்தான்.

"சில்வீ...இதுக்காக நீ எனக்கு ஒரு பாராட்டுக் கூட்டம் நடத்தணும். அடுத்த எம்.எல்.ஏ. நான்தான், ஹா ஹா ஹா...! வாருங்க ரெண்டுவேரும். மேடையில என்ன கூத்து நடக்கு, பாருங்க.........

"நான் சம்மதிக்க மாட்டேன். நான் சம்மதிக்க மாட்டேன்..." புலம்பினாள் சில்வி. அவள் குரல் பதறியது.

"ஏ... ஒனக்கென்ன கிறுக்காப் பிடிச்சிருக்கு?" வால்டர் சத்தம் போட்டான்.

"ஆமா கிறுக்குதான்! நான் சம்மதிக்க மாட்டேன்...!" சில்வி தன் குடிலுக்கு ஓடத் தொடங்கினாள்.

வால்டர் சில்வியின் கையைப் பிடித்து நிறுத்தினான்.

கமலூசு தாசனிடம் கெஞ்சினான்.

"எலே, நீ கூப்பிட்டா அவ வருவா! மேடைக்குக் கூப்பிடுலே."

"மனம் உண்டுமானா அவ வருவா. நான் சொல்லமாட்டேன்!" தாசன் வெறுப்போடு உறுதியாய்ச் சொன்னான்.

"போக மாட்டேன். ஒருக்காலும் போக மாட்டேன். இவ்வளவு காலமும் என்ன ஏறெடுத்துப் பாராதவன, என் மானத்தக் கெடுத்தவன, மனுசத்தன்மை இல்லாதவன ... நான் பார்க்க வரமாட்டேன் ..." சில்வி கூச்சலிட்டாள்.

"வரமாட்டாளா? தூக்குலே அவள!" அந்தோணி கூச்சலிட்டார். ஊர்ப்படையின் முன்னணியில் அவர் வந்துகொண்டிருந்தார்.

"வால்டர் ஒரு கையும் கமலூசு ஒரு கையுமாக சில்வியை இழுத்தார்கள். ஏ, அவன் யாரு? உன் மாமன்தான, வா.....

தாசன் வால்டர் மீது வெற்றித்தனமாய்ப் பாய்ந்தான்.

கூட்டம் தாசனை மிதித்துத் துவைத்தது.

36

சைமனின் சிறுகுடில். ஓலைக் கூரையிலிருந்து தொங்கும் மின்சார பல்பின் சோகைபிடித்த வெளிச்சம் சாணத்தால் மெழுகப்பட்ட தரைமீதும், வெள்ளையடிக்கப்படாத சுவர்மீதும், கொடியில் தொங்கும் அழுக்குத் துணிகள் மீதும், சுவர்களில் சாய்ந்தவாறு உட்கார்ந்திருந்த கடல் தொழிலாளிகள் மீதும் மங்கலாக படர்ந்திருந்தது. உள்வாசலை ஒட்டி விரிக்கப்பட்டிருந்த ஒரு பாயில் சம்மணமிட்டு உட்கார்ந்திருந்தார் தோழர் சந்திரன். பாதி சாத்தப்பட்ட கதவின் இடுக்கில் ஆர்வத்தோடும் ஆச்சரியத்தோடும் தலையை நீட்டின கள்ளமறியாத சில பெண்முகங்கள்.

"ஏ..இது என்ன இழவாருக்கு? தாசனையும் காண யில்ல - சில்வியையும் காணயில்ல. அவகளத் தேடிப் போனவனையும் காணயில்ல!" சைமன் முணுமுணுத்தான்.

முன் கதவு படாரென்று திறந்தது. வெற்றி வெற்றி என்று கூச்சலிட்டவாறே எம்ஜியார் பாணியில் ஒரு கையை உயர்த்திக்கொண்டு வால்டர் உள்ளே பாய்ந்தான். பாதித்தொடை

தெரியும் அளவு வேட்டியை உயர்த்தி மடித்துக் கட்டி, மஞ்சள் சட்டையை அதன் மேலே இடுப்பில் சுற்றியிருந்தான். மூச்சு இரைக்க, கருப்புநிற மார்பும் வயிறும் விம்மி விம்மி அடங்க, கண்கள் பரவசத்தால் ஒளிவீச, கருப்பு உதடுகளுக் கிடையே அடுக்குப் பல் வரிசை வெள்ளை வெளேரென மினுங்க, அவன் கூத்தாடினான்.

"எலே ஒனக்குப் பைத்தியமா? தாசன் எங்கலே?" சைமன் கோபத்தோடு கத்தினான். தாசனைக் கூப்பிடப் போனவன் இப்படிக் கள் குடித்தவன் போல வந்திருக்கிறானே என்ற எரிச்சல் அவனுக்கு.

"தாசன் செத்தான்!" இரண்டு கைகளையும் விரித்து வால்டர் கத்தினான். அரையில் சுற்றியிருந்த சட்டையை அவிழ்த்து முகத்திலிருந்த மண்ணைத் துடைத்தான். வாயிலிருந்த மண்ணைத் துப்பினான்.

"மிக்கேலச் சப்பிப் போட்டோம்!" அவன் தலையைக் குலுக்கி, நெற்றி மயிரைப் பின்னால் தள்ளினான். "செந்தூக்கலாத் தூக்கிட்டுப் போயி,.... மேடையில நிறுத்தி, சில்வி மகனோட தகப்பன் ரூபன்தான் எங்கிறத, ஒப்புக்கொள்ள வச்சுட்டோம்!"

"பெறவு?" சூசை குரலில் ஆர்வம்.

"விடுவமா?" சில்வியத் தேடிப் போனோம். வீட்டு முன்னே உட்கார்ந்திருந்தா. கூப்பிட்டோம். வரமாட்டேன்னா! நானும் கமலூசும் அவளச் செந்தூக்காத் தூக்கிட்டுப் போயி..."

"தாசன் இருந்தானா?" சைமன் குரலில் பதட்டம்.

"இருந்தான்! எங்களத் தடுத்தான். நல்லா வாங்கிட்டு மணல்ல கெடக்கான். ஹா...ஹா...ஹா..."

வால்டர் ஆர்ப்பாட்டமாய்ச் சிரித்துக்கொண்டு கையிலிருந்த சட்டையை வீசினான். சட்டை பல்பில் பட்டு... பல்பு கூரையில் மோதி டப்பென்று வெடித்தது. பதிபோட்டுக் காத்துக்கொண்டிருந்த இருள் அறையைக் கப்பென்று அமுக்கிக்கொண்டது.

"ஐய, பல்ப ஒடச்சிட்டேனே!" வால்டரின் பரிதாபக் குரல் இருளுக்குள் தடுமாறியது.

"ஹும், பல்ப மட்டுமா ஒடச்சிருக்கா!" சைமன் பெருமூச்சு விட்டான். எழுந்து பின் அறைக்குப் போனான் அவன். அங்கே எரிந்துகொண்டிருந்த பல்பைக் கழற்றினான்.

யாரோ தீக்குச்சியைக் கொளுத்த, அந்த வெளிச்சத்தில் சைமன் ஸ்டூலில் ஏறி பல்பை மாட்டினான்.

பளிச்சென்ற மின்வெளிச்சம்!

முன்வாசலில் தாசன் நின்றுகொண்டிருந்தான். சட்டை நார்நாராகக் கிழிந்து, தலையும் முகமும் மண் நிறைந்து, ஒரு கன்னமும், ஒரு கண்ணும், பயங்கரமாக வீங்கி, அவன் பரிதாபமாகத் தோன்றினான். மூக்கிலிருந்து இரத்தம் ஒழுகிக் கொண்டிருந்தது.

சைமன் அதிர்ந்து போனான். சின்னாபின்னப் பட்டிருக்கும் இந்த உடம்பின் உள்ளே அவன் இதயம் எவ்வளவு சின்னாபின்னப்பட்டிருக்கும் என்பதை அவன் அறிவான். சில்வியிடம் அவன் கொண்ட காதல் மொட்டுக்கட்டி வளர்ந்ததையும், ரூபனால் அது கசக்கி எறியப்பட்டதையும், அதன் பிறகு அது திரும்பவும் வளர்ந்து மொட்டரும்பி விம்மி மலர்வதற்காகக் காத்திருந்ததையும் அவன் நன்கறிவான். இப்போது அதுவும் பிய்த்தெறியப்பட்ட நிலையில்... அவனுக்கு எவ்வாறு ஆறுதல் கூறுவது? சைமன் ஸ்டூலிலிருந்து இறங்கி தாசன் அருகே போனான். அவன் கண்கள் கலங்கிவிட்டன. தாசனின் கைகளைப் பற்றி இறுக்கினான்.

"வா, மிக்கேல் போட்டக் கொளுத்தணும்!" தாசன் சைமனை வெளியே இழுத்தான்

சைமன் மூக்கை உறிஞ்சினான். தாசனின் கைகளை மேலும் பலமாக இறுக்கினான். "உள்ளே வா, எல்லாம் பேசலாம்!" என்றான் கரகரத்த குரலில்.

தாசன் இணங்கவில்லை.

"வாலே, போட்டக் கொளுத்துவோம்!" என்றான் அழுத்தமாக.

"உள்ளே வா, தொடக்க விழா முடியட்டும். சாவகாசமாப் பேசலாம்," சைமன் வற்புறுத்தினான்.

"வரமாட்டியா?" தாசன் உறுமினான். கைகளை திருகி விடுவித்தான்.

"மனங் கலங்காதே, வா உள்ள!" சைமன் மீண்டும் அவன் கைகளைப் பற்றினான்.

"நீ வாறியா, மாட்டியா?" தாசன் தன் முகத்தை வெடுக்கென்று திருப்பி சைமனின் கண்களை ஊடுருவிப் பார்த்தான்.

"போட்டக் கொழுத்திப் பிரயோசனமில்லலே! அவன் இன்ஷுர் பண்ணியிருக்கான்! வா உள்ளே!" சைமன் சிறு பிள்ளைக்குச் சொல்லுவது போலச் சொன்னான்.

"உள்ளே வாங்க தாசன்!" ஜோசப் தன் கையைத் தூக்கினான். கூட்டத்தின் நடுநாயகமாக, சந்திரன் அருகே அவன் பாயில் சம்மணமிட்டு உட்கார்ந்திருந்தான். அவன் அருகில் அவன் தங்கை. சுற்றிலும் வரிசையாக நண்பர்கள் ... எல்லா முகங்களிலும் அனுதாபம்.

சந்திரன் தொண்டையைச் சரி செய்தார்.

"வாங்க தோழர், சங்கத்தத் தொடங்கி வச்சிட்டு, பிறகு பேசலாம்! வாங்க உள்ளே!"

தாசனோ தன் நிலையில் பிடிவாதமாயிருந்தான். "வாரியா மாட்டியா?" என்று அவன் சைமனிடம் உறுதியாகக் கேட்டான். ரெண்டு மூணு பேர் தாசனுக்கு ஆதரவாக எந்திரிச்சார்கள்.

"வரமுடியாது! நீ உள்ள வாறியானா வா!" சைமனும் அதே உறுதியோடு பதில் சொன்னான். ஏதோ யோசிப்பது போல் ஒரு நிமிட நேரம் நின்றுகொண்டிருந்தான். பின் திரும்பித் தன் இடத்துக்கு வந்தான். தலையைத் தொங்கப் போட்டுக்கொண்டு உட்கார்ந்தான்.

இதை எதிர்பார்க்காதவன் போல திகைப்படைந்து, தாசனும் அவனோடு சேர்ந்தவர்களும் வாசலிலேயே நின்றுகொண்டிருந்தார்கள்.

♣♦♦♦♣